AKILI MFIKISHIE NA MOYO

Jethro Sheikh Spear

Jethro Sheikh Spear

AKILI MFIKISHIE NA MOYO

Kimechapishwa: Mwezi wa kwanza 2019

ISBN 978-9976-89-596-4

Kimechapishwa na;

JethroCraft

YALIYOMO

UTANGULIZI

Akili Mfikishie Na Moyo ni kijitabu kidogo cha tungo zilizobeba mawazo na falsafa za mwandishi kilichojikita katika kuyasemea yale yaliyomo katika fikra za watu wengi ambayo wanakosa maneno mahususi ya kusemea.

Uwasilishaji wake wa maudhui ni katika mfumo wa mtu akijielezea na kutumaini wewe msomaji kwake uwe hadhira, hivyo kukuacha na chemsha bongo nyepesi ya kutafakari maana na dhamira zake ili ujumbe wake uufikie moyo wako na kukuachia athari yenye kudumu.

Hivyo basi kusudio la kijitabu hiki ni kuweza kuzungumza ya moyoni mwako kwa uchache wa maneno na lugha nyepesi.

Kwa utangulizi huu, ninatumaini ewe ndugu msomaji, **akili yako itapokea ujumbe na kuufikishia moyo**.

SURA YA KWANZA: SEMI

Ukiwajua watu una matatu; wachukie, jitenge au wasaidie.

Achana na imani isiyokupa amani.

Hana salama aliye na hofu na aliyekubali hana la kuhofia.

Kazi ni ya wengi ila mipango ni ya wachache.

Akili changa huchanganya changamoto na changa la macho.

Hakuna ushujaa kwenye kumzomea kipofu.

Kushtaki kifo haikuzuii kufa.

Kizuri ni bora ya kikamilifu kama kikamilifu hakihitaji ziada, kivipi kizuri kinahitaji bandia?

Wateja hawajui isipokuwa wanachokikuta sokoni.

Aliyekuumba anakupenda kuliko aliyekuzaa kwa maana alikujua kabla na alikutengeneza kwa utashi.

Fadhila ya punda ni mateke, asemae hayo ni mwanadamu anayemjaza mizigo kwenye mgongo.

Nasaha ya lazima ni udikteta wa mnasihi.

Kuitaliki dunia ni kufunga ndoa na akhera, huzuni zamfaa zaidi mwema ingawa majuto hayako nae.

Mwenye subira haanguki, anateleza.

Anayetaka kusifiwa hatoridhika, anaye ogopa kusifiwa hatofanikisha.

Anayemuogopa mbwa anayemfuga, mbwa huwa bwana yake.

Msema kweli mpenzi wa Mungu ila msema kweli wa maovu yake kamsifu Shetani.

Hakupanga afiwe hadi iwe juu yake mshibe msibani.

Akutoneshae kidonda kinachopona asikudanganye ni daktari.

Mwanamke mzuri amjue mume wake, mume wake akitaka wamjue hana wivu nae.

Mgeni kisirani ni mwenyeji jeuri.

Auliziae sana njia hatojua vichochoro.

Neema anasikia kwanza ili aone.

Mwili utaoza na walishasema akiba haiozi.

Asiyejua kidogo, hajui thamani ya kingi.

Simba akitelekeza nyama asimlaumu fisi.

Maneno makali huvunja nyama za moyo.

Mchagua ajira awe na kipaji, asie na kipaji awe na mtaji.

Aisemeae takadiri hufumbia macho yake kudra.

Lipi limesalia kuwa uongo kama kila lisemwalo lipo.

Bibi na Bwana harusi waburudishwe na sio waburudishe.

Haliachwi ovu ila kwa shinikizo la jema.

Kilema mwalimu wa wazuri.

Mchimba kaburi hahitaji mawaidha, asipowaidhika basi ashakufa.

Alipizae kisasi kwa mpumbavu, mpumbavu atamshinda.

Alishapanga kufeli ajiwekae majaribuni.

Mwenye dharau hutumai heshima.

Akataaye asili ajiandae kwa ubishi.

Tapeli masikini anaitwa mganga, mganga tajiri anaitwa tapeli.

Wakati mwingine nakitazama kioo ili kuona kama ninamjua mtu ninaezunguka nae.

Asiyesikia sauti yake hupayuka.

Mwanamke anayependwa kweli hachuji kwa mumewe.

Mtoto hafundishwi njaa, anafundishwa adabu za kula.

Uwendawazimu wa aliyefanikiwa ni upekee, upekee wa anayetaka kufanikiwa ni uwendawazimu.

Watu wanaotafuta njia fupi; mmoja ni mbunifu, aliyesalia ni mpumbavu.

Asiyekosea, kuishi anakosea.

Agombanae na mzazi wake ana rafiki amponzae.

Akili ni mali. Je, kila mwenye mali ana akili au kila mwenye akili ana mali?

Nambari moja wa kweli ni yule aliyemfanya nambari mbili akate tamaa.

Apewae ndiye aongezewae, ukweli huu ujamaa ulishafeli kuutambua.

Kila wajibu ni halali na si kila halali ni wajibu, kila haramu ni kosa ila si kila kosa ni haramu.

Wale wanaozikwepa hatari ni juu yao kuhadithia hadithi za wengine.

Si jambo la msingi kujua watu wanasema nini kama kujua unasikiliza nini.

Muogope masikini jeuri, anapupa ya kumuona anayemfanyia wema kuwa anajipendekeza.

Hatuzoei shida, tunazoea subra tuliyonayo wakati wa shida, ama tukizoea shida haiwi shida tena.

Mnyonge anahofia ataumizwa, mwenye nguvu uhofia ataumiza.

Ulipoteza haki ya kupewa na Mungu siku ambayo wivu ndio ulikuwa kisukumo chako.

Usiwaulize watu kuhusu wao, watakuambia vile wanataka kuwa, na sio vile walivyo.

Kudra ni kadiri ya Mola na kadiri ya mwanadamu ni kwa kudra ya Mola.

Anaekutakia furaha yako kwa maoni yake yanayopingana na yako anakusudia furaha yake.

Malalamiko ni tabia ya wasio na athari.

Chozi la upendo zito kuliko chozi la maumivu.

Wapambe hujipamba kwa kupambia.

Subra ni baina ya kutoigiza furaha na kutodhihirisha huzuni.

Ni aidha ufanye yatakayo kupatia mtizamo sawa au uwe na mtizamo utakao kufanya ufanye vitu sawa.

Kuwa maarufu sana kwa nafsi yako kiasi kwamba huwezi kupotea.

Mwanamke anayevutia kuliko kawaida ni mwanamke uliye mtizama kuliko kawaida.

Mke mwema hutoka kwa Mungu na utamtambua kwa namna anavyo kupeleka alipotoka.

Kipaji kisichoingiza pesa kinadharaulika kwa mjinga na huogopwa na mwerevu.

Gharama ya uhuru ni kumkwaza dhalimu na mtihani wa uhuru ni kutothibitisha dhalimu alikuwa sahihi.

Shida za imani na uadilifu ni bora kuliko faraja za kufuru na usaliti.

Anayesikiliza sana hadhira hatohudhuria.

Mzazi akikosea ni binaadamu, mzazi akipatia ni mzazi.

Heshima iko usoni, adabu iko viuongoni na utiifu uko moyoni.

Kujishauri baina ya jema na ovu ni shauri ovu.

Hayamfai maneno yule anayetaka asikilizwe.

Chuo cha ndoa ni ndoa zilizofeli.

Kama mtu anahitaji kula na bado anaamini hakuumbwa basi angekuwa hafi angesema kajiumba.

Umaarufu unaokutafuta ndio maradufu.

Kila alie na zuri kuna anayemshtumu kwa kuringa.

Asie na upande kwenye mechi ni yule asieshabikia.

Ni nafuu uwe mjinga wa kuona kila mtu ni mtu mzuri kuliko kujitia uwerevu na kuishia kuhisi kila mtu anashari.

Usifanye mjadala na nafsi yako juu ya yale ya lazima uyafanye.

Usishindane na kipenzi isipokuwa katika kuonyeshana mapenzi.

Kila mwenye upendo hayamshindi mapenzi, kila mwenye mapenzi hayamshindi mahusiano.

Kupotezeana ndio kupotezana.

Dawa ya maneno mabaya ni maneno mazuri mpaka pale ikifika hatua hamna mbadala ila asikie maneno yake yalivyo mabaya.

Asiyejua kipi ajadili na kipi asijadili usibishane nae.

Mantiki ya yakini ni kuondosha ulakini kwenye mantiki.

Mjenzi asiogope kuchafuka na mvuvi asiyejua kuogelea hana haja na biashara ya samaki.

Uroho ni ndugu wa uchoyo na jirani mwema wa dhulma.

Aliyekibeba kinyongo kitamnyonga.

Hatari ya kupandwa kichwani na nafsi yako ni kubwa kuliko kupandwa na kilevi, mapenzi au shetani.

Msema kweli mpenzi wa Mungu, msema kweli yasiyo mhusu ni mpenzi wa Shetani.

Likimjia zuri lililotimia yule asiejua lililompelea, atajawa na kukosa fadhila.

Dalili ya utajiri ni kuona mbali, dalili ya umasikini ni kuamini huwezi kufikapo.

Asimuliaye mawazo yake ili watu wamsifu ajiandae kuchukia watu kwa kutomsifu au watu kumuibia mawazo yake na bado wasimsifu.

Rangi ya pundamilia inaitwa pundamilia, ukiumiliki mchezo, mchezo unakuwa wewe .

Mama yako akikuteta basi umeshindikana.

Mtoto wa kiume akiwa na urafiki na baba yake, baba yake alikuwa rafiki na baba yake au aliutamani sana.

Anae yatamani mauti sio jasiri ni mtu aliyekata tamaa.

Ukimpenda mwanamke mwambie lakini usimuonyeshe, ukimpenda sana muonyeshe lakini usimwambie.

Umoja bila kukubaliana ni sharti mmoja kawazidi nguvu wenzie na hakuna umoja wa kukubaliana wote.

Uongo wa mwanaume kwa mwanamke anayempenda ni uongo wa mdomoni ila ukweli wa moyoni.

Mapenzi hayana mbadala.

Umri mdogo ni tusi kwa mwanaume na ni sifa kwa mwanamke, na kinyume chake ni ukweli pia.

Anayetangaza sadaka yake husahaulika kuliko anayeificha.

Ahisiye sayansi hupingana na imani basi hanayo imani au haifahamu sayansi.

Mtoto aone pepo iko chini ya nyayo za mama na sio mama aone pepo ya mwanae iko chini yake.

SURA YA PILI: UPENDO

Jethro Sheikh Spear

KAMA

Kama uzuri wako ni bidhaa,
Nadhani haina tarehe ya kuharibika.

Kama penzi lako ni la kubumba,
Ni matumaini yangu kalibumba Mungu.

Kama wewe ni picha,
Nakuhakikishia wewe ni zaidi ya Mona Lisa.

Kama wewe ni ua,
Basi hakuna ua lapamba kama wewe.

Kwa sababu kama wewe ni nyota,
Basi nyota nyingine ni miezi tu.

Kama mwili wako ni umbile,
Basi ni jambo la msingi ujue wewe ni waajabu kuliko piramidi za Misri.

Kama kila mpenzi atajenga Taj Mahal,
Nitakujengea hekalu ambalo watu watahisi ni sehemu ya ibada.

Nihakikishie mimi ndiye mteja pekee,
Kama moyo wako unagharama.

Na kama sisi ni sayari,
Wewe ni 'black hole' ambayo nakamatika kwako milele.

Kama wewe ni nguo,
Basi ni mtindo usiyoisha.

Jethro Sheikh Spear

Kama ungekuwa wa kihistoria,
Labda wangekuringanisha na Mama Teresa.

Kama mapenzi ni kazi,
Wewe ndie muajiri wangu daima.

Na kama sote hatuna kesho,
Mie nitakupatia leo yangu.

Na katika kama zote,
'Kama' iliyo ya msingi zaidi,
Ni kama ungenipenda navyokupenda,
Ningekufanya mwanamke mwenye furaha zaidi.

Kwasababu ningekuonyesha wanaume wenye mapenzi ya kweli hawapo tu kwenye vitabu.
Wanaweza kuwa halisi kama halisi nilivyo mimi hapa.

(*Shairi hili ni tafsiri ya shairi la '**IF**' kutoka kwenye kitabu The Few But The Heavy Book 1 mwandishi JETHRO SHEIKH SPEAR*)

NISTAAJABISHE

Alikuja mwingine jana akasema unayoyasema.
Mwingine alikuja juzi akaniahidi hata asiyoyaweza.
Mwingine zawadi tele akanipatia, akaona ananinunua.
Mwigine akaazima vitu aje kuniringishia, labda nitachanganyikiwa na hivyo kumpenda.

Aliyekuwa mdogo akajifanya mtu mzima na aliyekuwa mtu mzima akajifanya mtoto.
Mwingine akasema ukweli hata pasipofaa, mwingine hata pasipo na ulazima akasema uongo.

Alikuja mwenye sura nzuri akijua nitamshobokea.
Mwingine akaja kama msamaria na ahadi za ndoa na akajua atanipatia.

Kuna aliyedai aliumizwa ili nimuonee huruma.
Kuna aliyejidai ana uzoefu ili nihisi ntahudumiwa.
Kuna aliyedai hajui kitu ili nimfikirie hatochepuka.
Kuna aliyejitahidi anipe kila kitu ili nipate kumsifia.
Kuna aliyekuwa hafanyi kitu akidai atanisumbua.

Mwingine akanitaka mimi na rafiki yangu kwa wakati mmoja.
Mwingine alifanikiwa kunionyesha mapenzi ya kweli ila ndugu zake wakaingilia.
Mwingine alinisifia mpaka nikaathirika badae akaacha nikasononeka.
Mwingine alinicheka nilipokuwa nikikosea, akanidharau na kuniona mjinga.
Mwingine hakutaka hata kunisikiliza.

Alikuwepo aliyenisikiliza kiasi yeye hakuongea, hakuwahi kuniongoza.
Alikuwepo aliyenitongoza ili asifiwe ameniingiza kwenye yake orodha.
Alikuwepo aliyenipiga na vitisho kila kukicha.
Alikuwepo aliyekuwa mzuri wa kubembeleza ila yeye akikasarika hakuna cha kumtuliza.

Au yule anayetaka kubembelezwa ila yeye hawezi, kila siku anasema hayuko kwenye hisia.
Kuna aliyenitafuta kwa haja zake baada ya hapo alinikimbia na zikimrudia ananirejea.

Nistaajabishe maana sijui lipi sijasikia au sijaona.
Lakini nistaajabishe kwa penzi la kweli na kunipigania, tabia nzuri na huruma, nitakupa penzi nililolitunza baada ya kuogopa kulitoa.

NITAKUPENDA KESHO

Simulizi hii haina jipya zaidi ya kukuelezea yanayo nijiri.
Nimeshinda siku nzima nakufikiria, kama nisivyohitaji ruhusa yako kukupenda nawe hujahitaji ruhusa akilini kunitembelea.
Ukitaka mfanyia mtu kitu wahitaji ridhaa yake basi hilo lafaa isipokuwa kwenye kupenda.

Nililala nakupenda nikaamka nakupenda zaidi.
Nikasema labda ni shetani anaichezea akili, basi nikajikabidhi kwenye vitabu vya dini.
Nikiamini uwepo wako akilini ni wa kupita na nitakutoamo kwa lazima.

Basi kila nikijifanya mgumu kuwa hauko moyoni, moyo wanileteа vurugu.
Vurugu ambalo linatulizwa kwa kukuacha uzurule huru akilini.

Na kila nikijitahidi kuwa mwema, hata pasipo kukusudia wema juu yako, nakuwa ni mwenye kukupenda zaidi.
Na kupitia hayo najua sio vitimbi vya shetani, nafahamu sasa kukupenda ni pozo la moyo na baraka toka mbinguni.

Niliwahi sikia, ukimfikiria mtu kwa mapenzi ya dhati bila kupanga ili hali na yeye anakufahamu kama unavyomfahamu basi na yeye hukufikiria hivyo hivyo wakati huo huo.
Sina njia ya kuthibitisha, labda nyakati zile nikitaka kukutafuta kwa simu na wewe wanitafuta muda huo huo.
Yanakuwa matumaini yangu mie na wewe si bure, ni kama safari za sayari zilizo kadiriwa kuwa.

Nafahamu wewe ni mtu mzuri, lakini sina imani kama ukijua navyokupenda hutoniletea maringo.
Sina budi zaidi ya kutaka wewe unipende zaidi yangu, ili milele usije nifedhehesha.
Inaweza fika hatua hutaki kunipenda tena ilihali mwenzio ndio nimeshafika. Ndio maana napendelea unipende zaidi ya navyokupenda.

Nakuhakikishia kwa upande wangu mapenzi hayatopungua kwa maana kila nitakapoenda kulala nikiamka nitakupenda zaidi ya jana.
Hiyo ndio imeshakuwa yangu ada, nasubiria pia iwe yako ada.

CHA-UZURI

Wanasema maneno yangu yanamtoa nyoka pangoni.
Nachotaka ni maneno yangu yakufanye uniite huko huko pangoni.

Wanauliza mbona nashinda nyumbani, waambie macho hayaridhiki kukutizama abadani.
Wanauliza umenipa dawa gani, waambie ni uzuri wa sura yako, moyo umegoma kuukinai.
Wanauliza mbona siko kama zamani, waambie ni kazi yako wangu daktari.

Umenitibu gonjwa langu la kutopenda kwa dawa yako ya uzuri.
Sisemi ngozi yako yang'aa kama tanuri au una macho ya goroli.
Nachojua unacho kila nitakacho na kila ulichonacho ndicho nikitakacho.

Nimesikia ile nyimbo ya zamani kuwa ana rangi ya chungwa.
Nikajua ni mbwembwe kama za kumuona mpenzi kwenye maji ya kunywa.
Ila nilipokutana na wewe kisura, achana na ile chungwa, wewe ni juisi tena na sukari imeongezwa.
Na sasa nakuona kama Fanta, kwako nishadata, na ni lazima sintokuacha.

Umri wako hauna nafasi, una uzuri kama wa msichana wa miaka ishirini na miwili.
Siridhiki kukutizama, usinishangae navyokushangaa.
Ilihali wewe ni yule yule, usinione waajabu navyoomba picha zako kila mara.
Wewe ni kama muujiza, siwezi kukuzoea milele.

Unahofia utabadilika na kisha sitokupenda, nataka ujue nitabadilika kifikra kabla ya maumbile yako ili nikuone vile vile.

Hata kama sisemi, uzuri wako wanitia kiburi. Najidai nina mke mzuri, uzuri wako unanifanya fahari.
Hata usiwaze juu ya wanawake wengine, siwezi babaishwa na vichache. Ulivyo navyo wewe katika macho yangu ni vingi tele.

Mbwembwe zangu zote kwako zafunga breki, tabasamu lako tu lanituliza bure.
Wewe ni mtaji, utakayoniletea faida ya watoto wazuri. Niache nikusifie, nikiacha mwingine atajitia ufundi.

Mwanamke ulivyo mzuri haijalishi wewe ni wa Masaki au Tandale. Uzuri wako haujifichi hata uwe katika waliovaa sare.
Umbile lako ndio maradhi yangu, nimelizoea lenyewe peke yake. Na yoyote ili anivutie basi ni mpaka nimfananishe na wewe. Na kwanini nimfananishe yeyote na wewe? Nikivutiwa, nakuvuta wewe.

Naweza maliza saa natazama tu vyako vidole, au nichezee zako nywele. Kwa vyovyote vile, napenda vyako kama navyokupenda wewe.

Uzuri wako umetimia, ilitosha unichanganye kwa wako mwili lakini mwanamke umetimia hadi akili. Mwanamke mrembo ni yule anayekuhudumia vizuri.
Kama unavyonimudu mie, nyumba yako waimudu vilevile.

Na sijui nitafanyaje kama ukiniacha ukaenda kwa mwingine. Nitajikaza kiume, ila kukuona tena najua nitalegea kama matembele.

Cha uzuri wewe ndiye pozo la roho yangu, hivyo basi nitajiweka vizuri usijeona umeniacha mbali. Au nitatafuta pesa zaidi nijitulize nafsi kuwa nakustahiki.

Lakini yote hayo ni kwasababu nimefika kwako cha uzuri.

NIKUBALIE

Samahani binti wewe,

Busara Mola kanipa ila kwako ni kama nina kiwewe.
Kuna wakati sijui kwako kipi ninachokisema wala nachokifanya, ujanja wangu kwako ulishadunda.
Kukuona tu napata mfano wa kichaa, huoni navyohangaika kujua cha kusema?

Umenifanya sharobalo ili kila tukionana unitazame tena.
Najua sina mahela, tafadhali sitokunyanyasa nina kabiashara najiendeleza.

Nikubalie, haraka kwa wazee wako naenda.
Kwenye ndoa tutapitiliza, maana sina shaka kama nimepatia.
Wala hatutokuwa wapenzi, sina muda wa sinema.
Ila kama unahofu juu yangu, uchunguzi fanya, nakuhakikishia utafurahia.

Usiwaze juu ya wema nitakaokufanyia, nimefunzwa mke kumtunza.
Sintokuwa mtu wa kazi tu na bili kulipa na sio mwenye kukuchekesha.

Nakwambia hivi hakuna mapenzi ya kikubwa, huo utakuwa ujamaa.
Mapenzi ya kweli ni mapenzi ya kitoto.
Mapenzi ambayo ndoto ndio uhalisia, na uhalisia ni kuvumiliana bila kujua mnavumiliana.

Nielewe cha uzuri, mwenzio nakusubiria unipe jibu zuri.
Nasubiri unikubalie upate kupendwa kuliko unavyostahili.
Ukikubali sintokufanya usubiri, ninashauku kubwa ya yetu harusi.
Nikubalie upate kuishi ndani ya penzi la vitabuni.
Samahani kama nakuudhi lakini wakaribishwa zaidi kama unafurahia.

Na wala usikosheke na haya maneno, niamini hapa nina kigugumizi na mashairi mengi yako kwenye kizuizi.
Nikikuzoea na kuishiwa kigugumizi, utapata kusifiwa ushangae mwanaume gani anamtongoza mke wake kila tena.

Chagua ipi iwe shauri yako,
Kujipa hofu mwanaume nitakuumiza na kukutelekeza, ama kuamini mwanaume nitakuenzi katika uhai wangu wote.

NIKUONDOSHE MASHAKA

Sabuni ya roho yangu, naona umeamua kuwa komoa.
Mapema nisuuze kwa penzi lako, lasivyo moyo wangu utaota madoa.

Punguza machale laazizi, hatuko vitani hebu jiachie.
Heshima yako ni heshima yangu, kwanini hutaki kuniamini?

Mwanamke maringo najua, ila yakizidi ni kero.
Ila nisikuvunje moyo, najifunza kujua kudekeza.

Nawasikia wanasema eti umenikoleza, tena usichuje mkolezo mpenzi, endelea kuunogeza.
Ila wewe waogopa ukijifunga kuwa labda nitakutelekeza.
Labda unieleze, uwoga wako lini utaumaliza?

Eti unaniuliza nakupendea nini?
Nakupendea moyo wangu, maswali gani sasa hayo mpenzi!?
Au wataka nikupe maelezo, kwani kupenda ni kazi ya akili?

Waniuliza mbona wapo wengi?
Nimeshakupata wewe, kazi ya kuwatafuta wengine mimi ya nini?
Ila kama wataka nikusifie, hapa umefika, naomba uendelee kuuliza.

Acha kujishaua, najua unataka kuendelea kusikia.

Jethro Sheikh Spear

Nakupenda kwasababu nishakupenda ila kwako nitadumu kwa sababu unayo nzuri tabia.
Uzuri wa sura yako ninayo maneno mengi ya kusifia, sijui kama tunao muda wa kuyamaliza .

Na sauti yako nzuri sichoki kuisikia.
Unakicheko cha ukweli, ukicheka kicheko unakiachia.
Aisee unakuwa kama katoto, ni ngumu sana kutozidi kukuzimia.
Hadi natamani niwe ‘Ze Comedy’ kila saa niwe nakuchekesha.

Nimewaona wanetu kichwani, ni wazuri hatari.
Na najua fika, watautolea kwa mama yao ambaye ni wewe.

Acha mikwara ya hutaki uolewe, najua wanipenda punguza hizo mbwembwe.
Nipeleke kwa shoga zako wanaotaka wanione, wataishia kukwambia usiniache kwa kuwa watachezwa machale mume umepata.

Nataka tufanye biashara, mimi nikutunze na wewe unilee.
Nikupatie upendo na wewe unipe mapenzi,
Sio tu ya leo na kesho tena, ni hadi milele peponi.

TUKOLEZANE

Sukari ni tamu ila inaua, mapenzi matamu na mimi nitakuua.
Sio kwa kifo bali kwa mapenzi motomoto.

Nimekuchagua wewe, kwanini upendo nikupe nusunusu?
Na wewe umenichagua mimi, kwanini kwangu usitulie?

Ukiniletea maringo unatumaini vipi nitakutunza?
Ama nikikuletea ubabe, natumaini vipi utanilea?
Na hata kama mmoja wetu peke yake atafanya, basi itakuwa kwa kusitasita na kwa kujutia.

Hatuna budi kufanya isipokuwa kinachotakikana.
Tufanyiane kila aina ya utundu, tupendane kama vijana wadogo.

Utu uzima nitauleta kwenye matatizo, katika faraja acha akili zitulie kidogo.
Unune nikubembeleze, nibembeleze mpaka nibweteke.

Tutafanya mambo bila kupanga, kwa mfano tutafunga safari tusijue wapi tunaenda.
Tutalishana hadharani na kuchekeshana ukweni.
Tutaambiana siri za moyoni, tutafichiana siri mitaani.

Aibu zetu tunasitiriana na shida zetu tutasaidiana.
Ukitaka kucheza wewe cheza, hata mpira tutacheza.
Na kama tutakuwa tumejichokea, hata bao tutacheza.

Nitajifunza ususi nikusuke, nitakuosha miguu mwenyewe usije papaswa na hata usiowajua.
Tushindane kupika, nikusaidie kufua na unisaidie mawazo kwenye yangu mahangaiko.

Kusameheana ni rahisi kuliko kugombana, na mara nyingi tunazuia isitokee aina yoyote ya malumbano.
Tukikosana tunalipotezea, likiwa zito tunasuluhishana bila kupigana.
Tunashibana mpaka wenyewe wivu tunajionea.

Sikutanii, sitaki uwe na mazoea na mwanaume yoyote.
Sio sikuamini, siamini wanaume, maana hata kwa kuvuta picha tayari roho ishaniuma.

Na usiwe na shaka na mimi sitaki mazoea na mwanamke mwingine yoyote.
Habari za watakuibia mali yako, ninateknolojia ya kujilinda.
Usihofu, nlishakufa kwako, itamlazimu mwingine anifufue kwanza ili afanikishe nife kwake.

Huruma yangu initangulie, nisitake kukuona kwenye shida ya aina yoyote ile.
Na wewe uhadaike kutaka kuniburudisha, ujikite ili kila kitu kwetu kiwe sawa muda wote.
Siku ukiugua nikose usingizi, siku nikiugua ushinde waniuguza.
Mpaka ifike hatua tunashindana kufanyiana mazuri na kila mmoja anataka mwenzake akubali kuwa anapendwa zaidi.

Najua kwa kukwambia haya tayari unajivunia, ewe kipenzi kwanini tusiyatimize.
Nimekupenda wewe, usinionee aibu kunitega wala usinionee haya kunikoleza.
Na haya nayoyasema nitayatekeleza na zaidi na mimi nitakukoleza.

WAPENZI WAZIMU

Kama kambaramwezi kasura kako kanavyong'aa.
Nilitaka kukuuliza kama wapitisha kamkorogo.

Haufanani na mtu maarufu ila yule star anafanana nawe.
Unakasura kakitoto na vile ukicheka kama nyimbo inaimbwa.

Unajisemesha nisikusifie sana, kwa vile unajua nikikutizama tu ukweli wabainika kuwa nimekamatika.
Na ninavyo kuzimia naogopa kukukwaza.

Nitazidisha zangu mbwembwe wanazoziita mikwara,
Maadamu itakupa furaha na kuepusha migogoro.
Cha msingi usinifanye fala, niheshimu uone utakavyowatesa wanga.

Kuna kastori mtaani eti najifanya napenda sana.
Washasema sana nawaringishia, wanasema siku tukiachana nitajuta kujisemesha semesha.
Wanadai watu naringa sana, wanasubiri unipige ngwara.
Basi huwa nacheka sana maana najua kuachana sio mwisho wa kukupenda.

Samahani kama siwezi jizuia kukusifia kila nikiwa na masela hadi yule rafiki yako anatamani ningempenda yeye.
Nitakupenda sana hadi watu walalamike nakuendekeza, nitatabasamu kisha niwajibu "mnataka nimpende nani sasa?"

Aliyesema bahati haijirudii mara mbili alikuwa anatutisha tu.
Mbona mimi nimekupata wewe na wewe ni bora kuliko wote niliowahi kuwapata?

Manukato yako mpenzi ni kama umejifukiza vizuri vyote vya dunia.
Najua ustaarabu tutembee pamoja, ila kwa unavyonyata naomba uwe mbele kila tunapotoka.
Ukitembea utadhani slomotion, wasiniletee uzuri wao wa promotion.

Kwa kiki za nchi hii, ntaenda chama pinzani nawe uende chama tawala halafu tugombee wadhifa sawa.
Au isiponoga, kila mmoja atoe singo, alafu nitatafuta bifu nawe.

Unaogopa watatuonaje!?
Wataona tunapendana kuliko wanavyoweza tumaini maisha yao yote wataweza kupendwa.
Kwahiyo asali badili uoga, ogopa watatuonea wivu hadi wapange kuturoga.

Kama wanaona tunawamalizia hewa kwa penzi letu, tutawaacha watafute wengine wa kuwachawia.
Lakini sioni shida dunia nzima ikatutenga tukaishi kwenye kisiwa mimi na wewe tu.

Siogopi kuamini wewe na mimi ni Adam na Hawa katika dunia yao.
Maana wewe ni Hawa wangu na popote pale ni Eden maadamu niko nawe.

PENZI LA ENZI

Ndugu zako roho zao zipo juu juu kuwa, Je, sintokunyanyasa?
Kama vile hawajui ulivyo chizika, unaanzaje kunyanyasika?
Na ni yakini hawajui ninavyokupenda lasivyo ni mie wangenionea huruma.
Vile ukiwa wanifanyia utundu mbele za watu nionekane na aibu au nakupenda sina uwezo wa kukukwaza.

Wanaume tumepewa mabavu ya miili, ila wanawake mumepewa mabavu ya mioyo.
Kwenye mchezo wa mapenzi ingawa ni kidume, najua utanionea.
Na kila mwenye macho atajionea kuwa umempata anayekuenzi.

Wanataka uwe na wasiwasi kwamba sitakufanyia wema siku za mbele.
Labda nitakusaliti nikutelekeze.
Wote waliofanya unitilie shaka wakwambie kama mie na wao ni tumbo moja labda ndio maana wahisi na mimi nimerithi hizo tabia.
Ukweli kwako nina mapenzi ya kweli.

Wanasema mwanamke anapenda kuliko mwanaume.
Nakuhakikishia hata wewe huwezi chuana na mimi katika kukupenda.

Jethro Sheikh Spear

Vile navyopata shida kujua wataka nini ili ufurahi zaidi na zaidi, nadhani nitaendeleza kukufanya ubweteke. Ili ukinipelekesha utanipeleka huko kunako kufurahisha.

Nadhani sio siri wewe ndio siri ya uchapakazi wangu. Unaniweza sana vile unavyonionyesha nimekuweza.

Kwa jinsi ninavyokupenda siwezi kudai nakuhangaikia wakati najiona bado sijakutimizia.
Maana katika vitu naogopa ni machozi yako,
Sio vile na mimi nitalia,
Sio kuwa siwezi kukubembeleza,
Bali moyo wangu wasononeka vile siwezi vumilia ukiwa katika dhiki.
Natamani niyavumilie maumivu yako mbadala wako.

Tuliyoyapitia hamna lililotokea zaidi ya kukupenda zaidi.
Na bila shaka asante kwa kunipa wasaa wa kumpenda binadamu mwenzangu kiasi hiki.
Niwazi sihitaji kukuvisha kichuma kwenye kidole ujue nilivyojisalimisha, nina maisha yangu yote kukuonesha.

Ama kwa wale wanaoponda, jawabu langu moja tu, kama dhambi yangu ni kukupa moyo wangu wote basi sintotubia.
Nitadumu nalo na tuone kama sintowapendezesha kwenye uovu wangu huu.

Na kama ukiniacha nitajutia kutokukupenda zaidi kiasi kwamba hukuona ukamilifu wa upendo wangu kwako.

Ama kuhusu kujutia nafsi, hilo nitakuachia wewe ukishatulia na kugundua muda wote nilikupenda kikamilifu.

Mpenzi mimi ni mtunzi, usije hisi natumia maneno kukutapeli.
Wanasema mganga hajigangi, basi fahamu kwako siwezi leta usanii na hilo umelishuhudia.

Natumaini utafika muda sintokuficha tena kwenye ushairi wangu.
Itakuwa wazi kuwa kila nikisema nakupenda nilikusudia wewe na dhana zako zilikuwa sahihi.

MASKINI NI ASIYE NA PENZI

Ni kama vile siku uliyolala ukijua kesho kuna tukio kubwa, hata mtu akigusa mlango ushaamka.
Siku uliyonikubalia, usiku wake nilikuwaza ilihali nimelala, naona ndio ile wanaita sikulala nakuota wewe.
Anayesema hayo maneno ni ya uongo mwambie hajawahi kupatikana, tena na mtu anayejulikana.

Najua nakupenda kwasababu napokuwa na wewe nafurahi bila sababu.
Naona uhai wako na afya yako ndio sababu yenyewe.

Tutafunga hata ndoa ya mkeka,
Nishajikusanya twende fungate Ugunja.
Tutakula dona kwa pweza, halafu tukirudi kwenye kijumba chetu cha kupanga tupate kitu cha mahindi na sangara.

Nikienda kazini walia kwa kunimisi, na mie moyo wahadaika kwa kutaka kuwa pamoja na wewe.
Nikirudi nashinda nakushangaa ulivyo mzuri.

Nikijitazama nawaza umenipendea nini, nikikuuliza wasema wanipenda tu.
Natamani utaje langu zuri angalau moja ili nisione wanisaidia kuwa nawe.
Ila moyoni najua bora lisiwepo hilo jambo kwani siku likitoweka na mie hutonipenda tena.

Nilidhani mtu hawezi kuhisi mapenzi mpaka asikilize nyimbo za hisia kali.
Kama ilivyo kwangu na kwako pia sihitaji muziki kukufanya uyahisi maneno yangu.

Usihofu hawatokuheshimu kuolewa na asiye na kitu.
Nitakupa penzi usahau kama sina hela na washangae nimekupulizia dawa gani.
Dawa inaitwa mapenzi ya kweli na hakuna duka duniani laiuza.

Na uwaambie waendelee kujidanganya na misemo ya pesa ndio kila kitu.
Kabati la kuwekea nguo ni sanduku la aliyefika, moyo wangu nguo na wewe ndio kabati.
Mungu kanijaalia kwa kunipa wewe, sidhani kama ni haki, huku ni kupendelewa maana sasa naona kuna pepo duniani.

Muda umekwenda, na mapenzi yanazidi kuongezeka.
Mahaba yakinoga mnakuwa kama mateja,
Nguvu zimewaishia ila fujo mnapenda,
Swaga za kuongea na midundo ya kutembea utadhani watoto wa mama mmoja.
Naona ndio ile waswahili wanasema mkikaa sana mnaanza kufanana…tabia kuendana.
Kwa raha zetu hatujali nani na nani wanaamini, nani anateta na nani anadisi.
Nachojuwa mimi, kupendana kwetu yaweza kuwa ni bahati ila mapenzi yetu ni wajibu.

Jethro Sheikh Spear

Utajiri ni kuwa na mtu mnayependana mazima, na masikini wa kweli ni yule asiye na pozo la moyo na kitulizacho jicho lake.
Haya yote nayosema ni kama sinema kumbe ndio kinachotokea.

MAMA

Akipoteza utu mwanaadamu, mshike mkono mpeleke kwa mama yake.

Na kama mama yake hawezi mtibu, huyo basi anahitajia sala.

Nisamehe mama kama kujielezea kwangu hakutokupatia haki yako.

Nilijionea kwa mama wengine wanavyopata shida na wanaoishi ndani mwao.Natamani ningeanza kuhadithia nilivyokuwa tumboni mwako.

Natumaini ningepata cha kujielezea, haki zote anazo Mungu, najua fika nitakuwa najitungia. Ila nisamehe kipenzi sikuwa najielewa.

Hii ni ishara tosha, siwezi milele kudai naelewa mapenzi uliyonitendea.

Nafsi yangu yanung'unika nikikumbuka kero nilizokufanyia.

Naweza singizia nilikuliza nilipokuwa mtoto kwakuwa nilikuwa sijielewi.

Ila maudhi niliyokufanyia ukubwani yanaupiga moyo wangu konde.

Chozi lako laukondesha mwili wangu kama maradhi, huzuni yako yanijaza simanzi kana kwamba ni msibani.

Niwie radhi kama sitokuwa nikikwambia maafa yanayonikuta.

Sio kwamba sioni kama unamchango, ila nafahamu utakavyokosa utulivu kwa kuniona ndani ya shida.

Ewe Mama, nafahamu ushanisamehe na hata kama sikumbuki, nisamehe mwanao kwa niliyokukosea, nipate radhi zako zote.

Wewe ndiye waweza nipendelea na bado ukaona ndio sawa.

Aibu iliyoje nikikutelekeza uzeeni mwako ilihali umenitunza nusu ya uhai wangu.

Aibu iliyoje nikikupazia sauti au nikamuonelea mtu mwingine ana haki na changu zaidi yako.

Mtoto hakui kwa mama yake, walimwengu waniache kwako nideke.

Lakini nitafanya hivyo nikijua hakuna katika watu mwenye upendo kama wako uliotimia.

Toka niwe na mwanangu, napata taswira ni jinsi gani wanipenda.

Maadamu sio katika haramu acha nikuheshimu kiupofu.

Nakupenda Mama, naomba Mungu nisije sahau hilo.

SURA YA TATU: FIKRA

YA WANAJAMII

Wa gizani humuona aliyekuwa mwangani, wa mwangani hamuoni wa gizani na wa gizani hajioni yeye mwenyewe.
Aliyezikosa tabia nzuri huwa hajioni.

Afanyaye wema gizani ndio mwema.
Afanyaye wema mwangani, mwenye yakini nalo kuwa ni wema ni yeye na Maanani.

Asiyeamini uwepo wa wema na uovu amekataa uwepo wa ukweli.
Anayeamini kila mwema ni muovu ila hajapata nafasi au hajapatikana akiasi ni ishara ya mwanadamu aliyekufa kinafsi.
Aliyesema tujiweke karibu na watu wema alifahamu vyema.
Ingawaje kila mwema atajiepusha na muovu na kila muovu anastahiki ajikaribishe kwa mwema.
Hivyo basi itamlazimu kila muovu aache uovu ili mwema amkaribishe.

Aliyesema harakaharaka haina baraka hakika hakubahatisha.
Mambo mazuri hayahitaji haraka, lakini mtu asiwe mvivu akasema hana haraka.
Awe mvumilivu na makini ndio aseme anayaendea mambo taratibu. Maana wenye haraka hupita njia mbaya.

"Msanii kioo cha jamii", Siielewi mimi.
Yaani wao ni sisi au sisi tunatakiwa kuwa kama wao?
Kama wao ni sisi kwa maana tunajiona wenyewe kupitia wao basi jamii zetu ni majanga.
Mwingine kasema wasanii wanaelimisha jamii, nadhani ndio kumaanisha sisi tunatakiwa kuwa kama wao.
Sintouliza kama wasanii ni wahadhiri, hapana, bali nitauliza kama wamekufanya wewe uwe msomi.

Ukiona mambo ya ngono yanakufurahisha, kuwa na shaka na upeo wako. Apotezae muda mwingi kuwaza hayo hufikiri kwa udogo.
Basi sanaa iliyojaa ngono inafanya biashara nzuri, ni wangapi katika hao wasanii wanaweza acha biashara nzuri?
Vijana nitawaelewa wakiwa na pupa juu ya hayo. Miili yao huzitumikisha akili zao.
Ila nitamshangaa mzee mfanya starehe na mzinifu. Kwa maana huyu mzee akili yake inautuma mwili, hana wa kumlaumu ila akili yake.

Jamii isiyojua tofauti ya ndoa na zinaa imeoza.
Mtazame yule binti akiona haya kutoka nje bila nguo lakini anaweza kutoka bila nguo ufukweni.
Kijana anayetaka haki ya kuwa kama dada yake angekata rufaa kwa Mungu maana serikali haikumuumba.
"Asiyefunzwa na mama yake hufunzwa na ulimwengu" wanadhani iliwakusudia mayatima na waliotelekezwa.
Wanauita utandawazi, nadhani ni uwendawazimu.

Amfurahishae mwanao kwenye luninga ndio mwalimu wake.

Vijana wanajiita wasomi ila vitabu hawasomi.
Vitabu vyao ni vile vya mitandao ya kijamii na masomo yao udaku.
Mijadala yao ni maisha ya watu maarufu na hoja zao ni ambazo hawajafanyia utafiti wala fikra pana.

Bahiri muonee huruma anahofia akitoa atafilisika.
Mchoyo mshangae maana akinyima anahisi vitaongezeka.
Na wote waombee kwa sababu nafsi zao bila kujua zinataabika.

Mke mwema anaadabu kwa mumewe, mume mwema huwa na huruma kwa mkewe.
Na kutokea kwa viwili hivyo kwa pamoja ni vigumu kama konokono kwenda kasi kwenye matope.
Na pia rahisi kama muuzaji kutoa bidhaa kwa mteja baada ya kupokea pesa.
Lakini sharti muuzaji awe na bidhaa ambayo iko wazi na mnunuaji anapesa mkononi.

Wavumilie wengi katika wanawake na kukaguana, huwapa motisha kufanya mambo wanaposhindana, ni maumbile yao.
Lakini mstajabie mwanaume mwenye kufanya hivyo, ni dalili ya wazi anauhaba wa taswira.

Sherehe hasa ikiwa na mziki wa kujichanganya huwatoa akili wanawake.
Fujo hasa zikiwa za kujichanganya zinawatoa akili wanaume, watu wanaweza vunjana na wasijue wanapigania nini.
Niangalizo langu mabinti wachungwe wanaburudishwa na nini, na vijana wachungwe wanahamasishwa na nini.

Mchawi atafitinisha ila kwa siri, basi asiyeficha aibu ya mtu wake wa karibu ni zaidi ya mchawi.

Inapendeza sana kuona hamasa kwa jamii juu ya mafanikio, ila wanawapa matumaini haba kuwa kila mtu atatajirika.
Lakini sijasema huyo mtu ambaye hatotajirika ni wewe.
Wanaadamu tumeumbwa na tumaini ya kesho bora, akikatia tamaa hilo, mwanaadamu huyo kapoteza mwelekeo.
Shida yangu mimi ni kuhamasishana kwenye mali na mali peke yake. Na uhalisia unapokuwa na vikwazo vingi, vijana huwa waharifu ili tu na wao waonekane wamo.

Jifunze kutoka kwenye vitabu vya dini.
Walikuwepo watu wenye ushawishi wangeweza kuwa wafalme na matajiri, je ni kwanini walichagua maisha ya chini?
Sio tuwe masikini, Suleimani hakuwa masikini, lakini utajiri wa moyoni ni bora kuliko wa dhahabu.

Jethro Sheikh Spear

Ole wako mwenye kufata mkumbo, usiwe kama nyati waendao kwenye mto wa mamba.
Yule kavuta bangi kakohoa ila bado kaendelea, kaendela mpaka kazoea na kisha analalama kuacha ni kazi.

Mwanaadamu uhisi maisha ni fumbo ila akili yake ndio fumbo lenyewe.
Mwanaadamu akiendewa vibaya na mambo yake humlaumu Mungu. Ila mambo yake yakimwendea vyema huisifu nafsi yake.
Mazuri hutoka kwa Mungu, mabaya kwenye mikono yetu wenyewe.

Ni yangu machache ya wanajamii.

NIKUJUE MAFANIKIO

Mtu mmoja aliwahi sema shida zaongeza akili. Nilipomuomba maelezo ya jinsi gani hilo ni ukweli, alinipa simulizi ya mtu aliyejitahidi atoke kwenye shida. Nikapigwa na butwaa, ni vipi mtu ajitahidi kuachana na kinachomfanya awe na akili nyingi?
Ni kweli kuna wakati ili ujue uwezo wako ni sharti usiwe na chaguo lingine tofauti na hilo chaguo.
Naam, labda hilo chaguo litakupa vikwazo vitakavyokufunza.
Shida hujitokeza katika maisha hata uwe tajiri wa namna gani.

Pale mapenzi yako yalipo ndipo majaribio yatokeapo. Katika kupambana na mitihani ndipo tunapokua.
Kuna wale shida zao ni kuwa na kitu na kuna wale kutopoteza kitu, kila mmoja hajui uzito wa ya mwenzake.
Basi wengine huogopa hiyo misukosuko na husema usiwe na matumaini katika lolote na hivyo basi hutoumia.
Na kabla hajalitambua vizuri, kutokuwa na matumaini ndio yashakuwa matumaini yake na bado ataumia.

Sitaki nikujue mafanikio ili walimwengu wanisifie.
Labda huko ndio kutokuwa na matumaini, lakini nataka nikujue na nikumiliki.
Sio tu kuondoa shida, maana zao la akili kuamini kuwa ni lazima kitu fulani nikimiliki ndio hupelekea mahitaji na kukosekana kwa hayo mahitaji ndo huleta shida zenyewe.

Tuyaachilie mbali mambo ya msingi, kuna kuweka salio kwenye simu au uwe na simu ya kisasa, hilo wazo litakufanya uamini unashida kumbe umeitengeneza mwenyewe hiyo shida.
Basi ni kwanini nakutaka sana mafanikio? Sina jibu la swali hili, ila bado naendelea kutaka kuwa maarufu au tajiri.

Wengi tunakutaka ili jirani roho imuume au yule binti aliyekataa posa ajue alichopoteza.
Wengine hawana haya wanafanya kuwaonyesha wazazi wao kuwa walikosea kufikiria hawawezi, kimsukumacho afanye kazi ni hasira kwa mzazi wake.

Watu wazima huelewa vijana wakiwa na pupa ya mafanikio kwa maana wamepitia hayo hayo.
Ila wale vijana huwaona wa umri huo wamepitwa na wakati, kuwa hawaelewi fursa wanazoziona wao, na vijana hao hujiona wanaakili nyingi sana.

Changamoto zikikukabili inafika hatua majukumu ndio uhalisia na kutaka mafanikio makubwa inakuwa ni ndoto.

Wengi katika watafutaji huhamasika kuthibitisha wao wako tofauti na labda wawe katika wale wenye vipawa, wataendeleza ukawaida ambao ni kushughulika na majukumu na vya ziada kidogo.
Basi na wao wanapita mule mule na watakutana na vijana wao na mzunguko unaendelea.

Mafanikio unatushughulisha mpaka tunasahau kuwa tayari tunavyo tunavyovihitaji.
Nikakumbuka mafundisho ya dini kuwa tuwatizame wa chini yetu tuone neema Mungu alizotupatia.
Lakini wengi wanasema wanawaangalia wa juu yao kupata hamasa.
Na wa juu yao wanamuangalia nani?
Mwisho wa siku tunataka kuwa miungu, labda hapo ndipo tutahisi tumefika kilele.

Aliniambia rafiki yangu kuwa; Mungu amekupangia lililozuri na wewe, akimaanisha nisilazimishe kukumiliki.
Nilitaka mwambia rafiki yangu namna gani kuendelea na safari ndo njia ya wengi wamepita kukumiliki.
Na hata katika majaribu tunaambiwa tuwe na subira, hiyo yote ni kuonyesha ukitaka kitu kazana mpaka ukipate.
Nikaona nisimharibie imani yake maana ashaamua kumsemea Mungu.
Ila najua kuna mambo nayataka kutoka kwako mafanikio yasiyo na kheri na nafsi yangu.
Na napoona mambo yananiendea visivyo nakumbuka maneno ya rafiki yangu.
Nje ya hapo, nitasimamia itikadi ya kuwa Mungu yupo pamoja na wenye subira na nitasubiri mpaka ufike, na ni matumaini yangu sitolazimisha kwa namna za haramu kukupata.

Ewe mafanikio, najua huna habari na mimi ila mimi nakufiria muda wote.

Niliambiwa mwanzo mgumu lakini sikuambiwa nikikupata kukutunza ni shughuli. Jinsi mafanikio yanapokuwa makubwa ndio unapozidi kuwa na kikubwa unachohofia kukipoteza.

Nataka nikumiliki mafanikio lakini nafsi inasita utanitesa.
Na hivyo nataka niifunze nafsi adabu, niifunze kuwa na nia njema za kukumiliki ili usinitaabishe kukupata na wala usininyanyase kwa kukutunza.

Nitakufikia mafanikio lakini nataka ufahamu kukufikia wewe ni kwa vigezo vyangu na sio vya walimwengu.
Ndoto zangu ndio kipimo wala sio kwa ushindani na maigizo.

Ewe mafanikio, nitafanya uadui na kila kikwazo ilimradi wewe uwe wangu wa daima.

NYUMBANI AFRIKA

Mfano wa mtoto wako, wampenda na unajua anavitu vizuri na uwezo mkubwa, ila mwanao ni mtukutu na hatumii alivyonavyo ipasavyo.
Ukisema unampenda ama kweli sio tu ni ukweli bali ni wajibu umpende, lakini ukisema unajivunia huo ni unafiki.
Kujivunia kwa kisicho bora ni ufu wa akili, kuidanganya nafsi au kudanganya unaowaaminisha.
Hivyo ndivyo tulivyo waafrika, labda tunapenda watu wetu lakini kusema tunajivunia, hapo kuna uwalakini.

Napendezwa na Shaaban Robert, labda angekuwa Uingereza angekuwa Oscar Wilde au Chinua Achebe angekuwa kama William Shakespeare.
Hazina ya taifa watu, taifa lisilowekeza kwa watu wake, halitovuna kutoka kwao. Sio tu ndio walipa kodi bali ndimo tunapopata watu wakujenga mataifa.
Tunajua maliasili zetu zilijenga mataifa yao, lakini sote tunajua hatujajenga nchi zetu kwa rasilimali hizo hizo.
Hatuvithamini tulivyonavyo, iwe ni vitu au watu, hivyo hivyo hatuthamini vinapopatikana.

Afrika; sio kila anayewapinga wanasiasa hataki kuwa miongoni mwao. Sio kila anayelalamika kuhusu ufisadi anataka uishe, bali wengi wanataka au wanatamani wawe hao mafisadi.
Inatosha kuishuhudia jamii inayomuona kiongozi ambaye hakujilimbikizia mali ni mjinga kuwa ni jamii ya watu ambao hawaamini kwa dhati uadilifu kwenye

mali za umma wala kuwa ni mali zetu sote watoto wa afrika.

Siasa mchezo mchafu wanasema, ni kama kusema hizi siku mbaya. Zama wala siasa hazina ubaya, wabaya watu, tumeamua kusingizia hata visivyoonekana.

Wanasiasa wote wabinafsi, tofauti kuu ni wanasiasa waafrika ni wabinafsi kwa matumbo yao na wanasiasa wa nchi zilizoendelea ni wabinafsi kwa nchi zao.
Lakini nyumbani Afrika tunashughulishwa na siasa sana. Tunashughulishwa na kutaka kupatia mifumo ya serikali kuliko kutekeleza hiyo mifumo tuliyo nayo tayari.
Na ndio sababu bado tunaitwa nchi zinazoendelea. Badala ya kujenga nchi tunazivunja, badala ya kufanya maendeleo tunalumbana, badala ya kujijenga vita tunapigana.

Nilishuhudia tukiwa shule tukiandika insha ya namna ya kutatua vikwazo vya sekta kadhaa wa kadhaa na tukawa tunapata alama nyingi.
Nilikuwa nikijua hatuna uzoefu wa aina yoyote katika hizo sekta ila tuliweza jielezea. Toka kipindi hicho sina imani na sera maana hata asiyejua anaweza zitunga.
Nikawa na yakini, taifa lolote lahitaji waadilifu kabla halijahitaji waerevu.

Katika niliyojionea Afrika ni hatujui nani atuongoze, maana akiwa Firauni tutampinga na akiwa Musa nae tutampinga hivyohivyo. Sidhani kama hili ni tatizo la Afrika pekee, ninayakini ni uhuru uliopitiliza.

Nafahamu uhuru wa kujieleza, uhuru ukiwa mchache ni utumwa, uhuru ukizidi ni uwendawazimu.
Ndio maana kuna utawala wa sheria, kama kila mtu angefanya atakalo bila mipaka labda ungekuwa sahivi ushauawa.

Ni balaa ilioje wenye ujuzi wasipotumia ujuzi wao, lakini ni balaa zaidi wasio na ujuzi wanapokuwa wanazungumza kama wajuzi.

Afrika wanyonge sisi tunasemwa. Mtu mweusi alidharauliwa alipotezwa nguvu na mtu mweupe. Mtu mweusi anadharauliwa kwa kujidharau mbele ya mtu mweupe.

Labda Afrika tuwe nchi moja lakini tujiandae kwa vita baina yetu iwe baada ya kujiunga au kabla. Nina wasiwasi isijekuwa tunataka kuwa taifa moja kwasababu kila linapokuja swala la kuitambulisha Afrika, wanaitazama kama kitu kimoja na sio bara lenye nchi nyingi.
Usijichanganye ukahisi namaanisha wanatuona wamoja, la hasha, bali wanatuona hata tukiwa wa moja bado ni wanyonge.

Kinachotuunganisha sio lugha, tamaduni, dini, falsafa, hapana, ni rangi na jeografia na labda chuki dhidi ya mabeberu.
Ukabila, ulafi, usaliti, udini, usisi utatukwamisha zaidi ya vinavyotuunganisha.

Jethro Sheikh Spear

Je, ni sawasawa tuwe kama United States of America? Na Je, haikutosha kuwa kama European Union vile tulivyo African Union?

Naelewa mtu akikuchezea akili na ukawa hujui kama umechezewa, tunaita ukoloni mamboleo, nadhani tunajichezea wenyewe.

Sina jawabu sana na lipi tufanye katika mikakati ya kiuchumi na maendeleo, ila ninayakini uzalendo ndio mkombozi nambari moja.

Natamani sote tutambue si kila litokalo ulaya liko sawa, kuzidiwa kimaendeleo haimaanishi wametuzidi na maadili.

Kama wingi wa maovu ni dalili ya kiyama, hatujalazimishwa kukikaribisha na kwetu.

Nyumbani Afrika, natumaini yapo masiku utakuwa vile tunaamini wastahiki kuwa.

Jethro Sheikh Spear

KITENDAWILI

Njaa mwenyeji asiyezoeleka.
Furaha rafiki asiyeaminika, muda wowote anakukimbia.

Maisha kitendawili, nani alikitega?
Kama kilitegwa, nani alikitegua?
Kama hakikuteguliwa, ni vipi tulijua ni kitendawili?
Kwa maana kama hakijawahi teguliwa, tulijuaje kama ni kitendawili?

Atakaye cha uvunguni sharti ainame.
Mwingine akadai atabinua kitanda na akajiona mjanja utadhani uvungu ni chaga, kana kwamba kukifikia kitanda au kilicho chini yake hakuinama.

Aliyechini anataka kupanda.
Aliyejuu uhofia kuanguka.
Hofu ya kuanguka inataabisha kuliko haja ya kupanda.
Lakini tunapokuwa juu ya kina kirefu hatuhofii tutaanguka, bali tunahofia tutajirusha.

Wahenga walisema; Simba mwenda pole hajikwai, lakini nina wasi ataikosa yake futari.

Dalili ya mvua ni mawingu.
Kila penye mvua kuna wingu lakini sio kila penye wingu kuna mvua.
Basi dalili ni dalili tu na sio uthibitisho.
Lakini kama hakuna maana nyingine ya dalili zaidi ya matokeo yake, basi dalili ni mwanzo wa yajayo au ni majibu ya yaliyofichwa.

Asiyefanya kazi na asile, lakini sio kwa watoto, vikongwe na wagonjwa.
Mtembezi hula miguu yake kwa vile tu kulikuwa hakuna hotpot.
Tuvumiliane, tusikomeshane lakini kama kumbania kutamfunza, acha miguu yake imshibishe.

Maisha ni kama barabara ndani ya Serengeti sio barabara za Marekani, basi endesha kwa umakini.

Watu husema maisha ni kitendawili, sikubaliani na hiyo kauli.
Kitendawili ni mtego unaoteguliwa na kitu kilichopembeni kabisa na kitendawili hicho.
Lakini maisha ni fumbo kwani fumbo jibu liko humo humo kwenye mtego.

Nasema hivyo kwa maana ya duniani yaonekanayo ndiyo, huwa siyo, na ilihali sio siri juu ya ambayo ndiyo.
Ni mfano wa msemo; Uzuri wa mwanamke sio sura ni tabia. Na wote hayo tunayasikia ila bado hatujayatambua.

Ni sawa na kusema; Mungu yupo na Malaika wapo, ni fumbo katika macho yetu lakini jibu lipo wazi na bado laendelea kuwa fumbo.

Alipokuwa bado mdogo Imamu Malik, mama yake alimuagiza aende kujifunza kwa mwanazuoni, na akamwambia akajifunze kwake adabu kabla ya elimu yake.

Nitakupa jibu, bora ya pambo ni tabia njema na ndio jibu la matatizo ya wanaadamu.
Na kwanini hili liwe jambo unalohisi unalijua hata baada ya kulisikia?
Ndio, maisha ni fumbo, watu wanafeli angali jawabu lake lipo wazi.

Akili ya mwanaadamu inapenda maswali kuliko majibu.
Jipe majukumu, tumia yako maarifa, kuishi kwa wema ni wajibu.

KITENDAWILI SEHEMU YA PILI

Amini usiamini, katika watu wanaoweza kuwa wamefanya makubwa ila ni vyepesi historia kuwasahau ni matajiri.
Na wakikumbukwa sio kwa mali nyingi walizo kuwa nazo, bali aidha kwa juhudi zao kuzipata au juhudi zao kuzigawa.

Na kama kweli wataka kuonyesha umachachali wako, jaribu kudumu katika kuwa mkarimu kwa watu .
Na ukiweza wastahimili watu, ukajizuia kutaka kuitwa muungwana, farijika wewe ni shupavu.

Waulize walioachana kwenye ndoa ilihali walioa warembo sana.
Waulize walioachana kwenye ndoa ilihali waliolewa na matajiri.
Au wale waliokuwa marafiki bila hata siku moja kukosana.
Na wale wenye kukumbukwa na watu kwa mapenzi hata baada ya kuwa duniani wameondoka.

Nashuhudia, uzuri wa manukato sio uzuri wa yalipopakwa.
Hivyo hivyo nashuhudia uzuri wa mwili sio uzuri wa moyo ndani yake.

Na wala sio siri juu ya hili, yachunguze maisha tunayoyaishi, shida kuu sio pesa au maradhi, shida kuu ni kuishi na wenzio kwa amani.

Kila mmoja akishauku afanyiwe wema na kila mmoja anasubiria kwanza afanyiwe yeye mpaka wema hauonekani kwa yoyote.

Watizame wanaadamu walivyo washupavu kumwagia wenzao lawama, lamawa ambazo wao wenyewe wanazifanya.
Wanaadamu wabinafsi, akikufanyia wema ni mara nyingi kawekeza.
Hivyo basi aniambie katika watu nani mbora zaidi ya mwenye tabia njema?
Ni nani anamapambo bora zaidi ya yule aliyejawa na ukarimu?

Wanisamehe wote wale wafanyao wema bila kumtanguliza Mungu, kwasababu ni katika mia mmoja ndio anaweza asiwe na ajenda.
Na ajenda sio lazima alipwe pesa, wengine sifa tu zinawatosha.
Sio kuwahukumu, nikufahamu maumbile ya binaadamu, ni ngumu sana kufuzu katika kuwa na moyo safi bila kujishikiza kwa Mungu.
Na bila shaka, kujishikiza kwa Mungu ndio kuupata moyo safi.

Usimpe Mungu msaidizi, maana yake ya uungu umeiondosha.
Na yakitokea hata baada ya kufuru, haimaanishi kuna muweza tofauti na Mungu, bali inamaanisha Mungu mkarimu amekupa hata baada ya kumkufuru.

RAFIKI

Kuna tofauti kubwa kati ya rafiki na mtu uliye na maelewano mazuri naye.
Waweza kuwa na maelewano mazuri na kila mtu na ndivyo inavyopaswa kuwa lakini huwezi kuwa rafiki na kila mtu.

Afanyaye urafiki na kila mtu si haba ni mnafiki, afanye uadui na kila mtu ni dhahiri ni mkorofi.
Kama hauelewani na kila mtu basi wewe ndio mwenye matatizo, haiwezekani kila mtu anamatatizo. Na kama wanayo yanastahimilika.

Kama unaelewana na kila mtu basi wewe ni mtu mzuri, lakini haimaanishi kila mtu atakupenda, ingawaje wengi watapenda wakufanye rafiki.

Ama ni kweli mazingira hutukutanisha, huwezi amua nani atakuwa rafiki yako na ni maajabu kuuomba urafiki, danganya toto ya Facebook.
Lakini waweza amua kuendeleza urafiki au kuukatisha.

Na kwa wale wafanyao urafiki na kila mtu ni sawa na mtu anaedai anamapenzi na kila kitu.
Atakuwa na mpenda mpira, mpenda muziki, mpenda sinema, mpenda siasa, na kadhalika.
Na ni nani mwenye sifa zote hizo kama sio mwigizaji?

Hivyo basi yatilie maanani nayotaka kusema rafiki yangu kwasababu sina shaka nikikuita hivyo.

Kuna madai nakupa muda mwingi, mara nakusikiliza sana wewe, ukaribu wako ulimpatia wivu mzazi wangu na sasa mwenza wangu.

Najitahidi niwe bora, wazee na mwenza wangu wajivunie wana mtu mahiri. Ila hawafahamu tangu shule safari hiyo ya kuwa mwema nimeianza na wewe.

Namkumbuka rafiki yako ambaye ni rafiki yangu, ni kweli katukutanisha lakini siye aliyetuendeleza.

Ndugu yangu yule mahusiano yetu yameshahamiri kawa rafiki yangu. Rafiki yangu wewe mahusiano yetu yameimarika tumekuwa ndugu.

Umbali wa kilometa au muda haujabadilisha lolote baina yetu. Tunaweza tusionane mwaka kisha tukikutana inakuwa kama tulishinda wote jana.

Ndoto zangu zile uliziona za maana, sio kama jamaa zangu wale, walinipa ushirikiano vile tu wananipenda.
Na wengine wakanionea haya nitawaona wasaliti, ila sio kwasababu wanaziamini kama wewe.
Ni dhambi kwangu kutokukupa ushirikiano.

Nitakupa changu na nitakusaidia kwenye chako, achana na wenye wivu wa kipumbavu na sisi tusiwe na huo wivu baina yetu.

Furahia mazuri yangu kama navyoyafurahia yako, nionee wivu wa kheri na ushindani katika mazuri, lakini usitake katika yangu mazuri yapungue bali utake yaongezeke.

Na sikuwahi kujua nakupenda kiasi gani mpaka nilipojiona sina utulivu kila mara napojua hauna raha. Katika sala zangu nakutaja, namuomba Mola furaha akujaze maana tabasamu lako lanipa amani, na ukiwa katika karaha inaniweka kwenye simanzi.

Rafiki yangu yaone mema yangu kabla ya maovu yangu na nisamehe kabla sijakukosea. Lakini ukitafuta maovu yangu na kutonisamehe kabla sijakukosea, wanipa wasi kama wewe ni rafiki.

Nilinde hata kwa maneno mazuri nikiwa sipo. Wengine wakiniteta sio shida ni hulka za wanaadamu, wewe ukiniteta ni kuuvunja moyo wangu.

Usinisaliti kwa namna yoyote ile, maana usaliti hufanya mazuri yote yaliyopita kutiliwa shaka.
Nikosoe nikikosea kwa kunirekebisha kwa heshima na sio kwa kunikejeli.

Naomba Mungu nisiwe kama yule rafiki anayenitafuta akiwa na shida zake, huanza na salamu kisha kunitaka msaada na baada ya hapo hatuwasiliani tena.
Na nisiwe kama yule auliziae habari zangu ili tu apate kwa watu cha kuzungumzia.
Anapenda aonekane ananifahamu sana, huwa ananilazimisha nichague cha kumwambia.

Na abadani usiwe kama yule asiyetafuta wenzake mpaka atafutwe yeye.
Akidai yuko bize sana kiasi ambacho anakushangaa kwanini unalalamika kuhusu yeye kutokutafuta.

Wanasema hakuna mtu asiyekuwa na muda, ni vile tu wamevipa vitu vingine huo muda.

Kuna wale waliosafiri kwenda miji mingine na urafiki ukaishia hapo, wakisema wamekuwa sasa na mambo yamebadilika.
Nataka urafiki wetu uwe zaidi ya wasemavyo kuwa tumekuwa pamoja mpaka tumefanana.
Ama vile tumekuwa pamoja mpaka tabia zikaendana, leo umeigilizia uongeaji wangu kesho nimeigilizia uvaaji wako, na hata hatuoni hayo.

Labda biashara itatuweka pamoja zaidi au tutaozesha wanetu lakini kwa namna yoyote ile ni matumaini yangu tutazeeka pamoja.
Lakini milele tabia nzuri na uaminifu ndio kituweke pamoja, na ni haramu kuruhusu mtu kuja kututenganisha.

Uaminifu hujenga urafiki, kama humuamini rafiki yako tafuta wadhifa mwingine wa kumpatia.

Isingekuwa hekima ya mambo nawasi ningekufanya bora zaidi ya ndugu zangu.

KUBADILIKA NDIO MABADILIKO

Ukikaa chini ukasoma historia ya mtu yeyote, moja ya kitu unachoweza kukutana nacho ni kwamba yaliyopita hayana nafasi kwa yajayo kama yajayo ni bora kuliko yaliyopita.

Kwa mfano, mtu alikuwa ni muharifu kisha akawa mtu mzuri, mtu huyu ataonekana kuwa ni mfano kwa watu. Alipopita hakuathiri alipofika na kuwa kila mmoja anayo nafasi ya kubadilika.

Kama mtu alikuwa mwema akawa muharifu watu hawajali kuwa alikuwa mwema na wataona tu uovu alionao wakati huo.

Vivyo hivyo mtu kama alikuwa ni muovu kisha akawa katika wanaokemea maovu lakini katika namna ambayo wanaokemewa uhisi kudhalilishwa na mkemeaji, basi ni sharti mkemeaji awe na rekodi iliyosimama lasihivyo ajiandae kuaibika.

Lakini kama anaendesha mambo yake kwa upole, watu watamchukulia kama mfano wa yule aliyekuwa muovu na kisha akaongoka, yaliyopita hayatokuwa aibu kwake ila yatamfanya awe ni somo zuri kwa wengine.

Ama ni kweli maendeleo huja kwa mkono wa chuma, bila kazi hata Mungu hatokupa chakula. Lakini lengo sio mkono wa chuma, lengo ni mabadiliko, na sio tu mabadiliko bali mabadiliko yaliyo chanya. Kama kuna namna maendeleo yanaweza patikana bila kupitia ugumu, haina haja ya ugumu.

Kuweka ugumu katika kila jambo ni zao la kuelewa kuwa jitihada ndizo zinaleta mabadiliko na kufahamu upole una mipaka yake. Ndio maana napendelea sana kutoa tofauti ya hekima na busara, busara ni upole katika kuyaendea mambo na hekima ni kuyaendea kama yanavyotakikana.

Anapoyaendea mtu mambo kwa ukali ni wazi kaelewa namna mambo yanavyopaswa kuwa, ila kama anafanya hivyo muda wote, huyo mtu hana busara. Na yoyote asiye na busara hawezi kuwa na hekima ingawa aliye na busara haimaanishi ana hekima.

Swali gumu katika mabadiliko yanayodhamiria maendeleo ni kujua kama hayo mabadiliko ni sahihi. Tatizo la wanaadamu hasa vijana au watu waliowahi kudhulumiwa au kuonewa, huwa na pupa na mabadiliko.

Kutofikiria kwa kina wapi wanaenda na kwa namna gani, wanashughulishwa na kero za sasa kiasi kwamba hakuna zuri litakalopatikana kwenye mabadiliko ila kurudia kosa au kukosea zaidi.

Mfano katika siasa, kila mara wanaopindua nchi huwa wamejizatiti kupindua ila hawajui cha kufanya baada ya hapo, hivyo basi wanarudia makosa ya waliowapindua.

Maisha bila changamoto haiwezekaniki, hata watoto wadogo wanazo changamoto zao, inaweza kuwa ni kutochapwa na mwalimu shuleni, wewe mtu mzima waweza kuona si kitu ila yeye anapatwa na mawazo. Na wewe hauoni uzito wake kwasababu unajua kheri yake na kuwa sio mwisho wa safari.

Namna hiyo hiyo Mungu hutupa majaribu na tunahisi tumefika mwisho kumbe Mola anatuona mfano wa siye tunavyowaona watoto. Watawala sio miungu, ila kama wanauono wa mbali inawezekana sana wakawa wanatuona sisi kama hao watoto wasiojua kheri ya maafa. Lakini ukizibeba changamoto mwenyewe, jiandae kujua namna ya kuzimudu.

Na niliwahi andika mahala kuwa cheti au tabia kipi kitatupa chaguo sahihi la kiongozi?

Kiongozi asiyeweza kuimudu nafsi yake, familia yake au mahusiano yake na rafiki zake, ni vipi ataweza tumudu wananchi wa kila sampuli?

Hata sie tumeenda shule, labda zamani maadili yalikuwa sehemu ya mtaala, kwa sasa hatuna somo la adabu. Lakini ndio demokrasia ilivyo, watu wanajitangaza kwa juhudi hasa kutaka wapewe majukumu tena ya kusimamia maelfu ya watu.

Na sheria au vigezo tulivyovijenga wenyewe vinatutesa, na tunazisimamia kidete hata kama kiuhalisia hazifanyi kazi.

Dunia ni watu, watu tukitaka dunia ibadilike basi wabadilike watu. Na watu ni kila mtu, isipopatikana dawa ya kiroho na akili kwa wanasayari ya dunia, watatokea watu kila mara kwenye historia watakaokerwa na kuamini mkono wa chuma pekee ni udikteta. Na watapingwa kwani wanaadamu waliumbwa huru na hiyari ya kukufuru au kushukuru.

Jethro Sheikh Spear

Familia ndio msingi wa taifa, wasipofunzwa watoto itakuwa muujiza kupata viongozi waadilifu.

Itabaki kuwa wazi kwa wanaoyajua mambo kuwa maendeleo ni kubadilika watu na sio vitu.

Mapambano ya kweli sio siasa na nadharia za uchumi, mapambano ya kweli ni watu kuzimudu na nafsi zao.

FALSAFA

Mtawala anahitaji hekima kama ilivyo kwa hakimu. Je hekima za mtu tutazijua kwa vyeti na vyeo vyake au kwa tabia zake, maono yake na ufasaha wake?

Ijue tofauti ya hekima na busara. Busara ni kuyaendea mambo kwa upole na subira. Hekima ni kuyaendea mambo yanavyotakikana hata kama ni kwa ukali.
Sio kila mwenye busara ana hekima ila kila mwenye hekima ana busara ila anaiweka mahala inapostahiki.

Hekima hupingwa au hupuuzwa mwanzoni mwake. Lakini huwa na nguvu ya kumvutia yeyote atakaye kumbana nayo. Hekima katika usawa wake huingia akilini pale jambo linapomkuta mtu. Busara humpendeza yoyote hata ambaye hakubaliani na jambo hilo, lakini yawezekana busara hizo zisiwe na tija baadae au ziwe nazo.

Ameumbwa mwanaume mwenye akili iliyokomaa kuwa na hekima. Mfano, kwenye mahusiano ya ndoa, vile mwanamke hubadilika badilika kulingana na hisia zake, inampasa mwanaume aweze kubadilika na asiwe na tabia rasmi za kutabirika.

Ameumbwa mwanamke mwenye akili iliyokamilika kuwa na busara. Mfano, kwenye ndoa vile mwanaume huwa na fikra zinazoendesha maamuzi yake, inatosha upole wa mwanamke kuwa ni silaha ya kumtuliza.

Hekima ni adimu, basi haina haja kila mtu awe na hekima walakini tunaweza jitahidi kila mtu akawa na busara.

Wanasema nguvu zapotezwa kwenye ujana, wengine hekima inapotezwa kwenye uzee. Suluhisho langu ni wazee watumie hekima zao kuongoza vijana kutumia nguvu walizonazo.

Lakini nahofia zama zetu hata wazee wenye hekima wamekua adimu. Hasa wanapoigiza na wao ni vijana. Hivyo si punde na vijana watajinadi kuwa na hekima za wazee. Si kwamba kijana hawezi kuwa na hekima, la! lakini wengi katika wao wanaigiza hizo hekima.

Yatilie maanani sana matukio kwenye miasha yako na jitazame unavyoyaendea. Kwa mfano, ulikosana na rafiki yako katika namna ile ile mara nyingi basi wewe haupo darasani, somo la maisha halijakufunza.

Nina yakini, sababu imfanyayo mzee kuwa na hekima ni vile kapitia matukio yale yale kwenye maisha. Lakini nina uhakika, kama mzee hakuwa makini na maisha yake basi naye atakuwa hajajifunza lolote. Usisubiri kuzeeka kuwa na hekima.
Lakini kwa sasa acha tujifunze na nimatumaini yangu tutajifunza mpaka dakika ya mwisho wa uhai wa kila mmoja wetu.

Lakini niweke wazi, falsafa sio hekima, ni jitihada tu za kuifikia hekima.
Hakuna asomae falsafa akawa mwanafalsafa. Wasomi wa falsafa ni mashabiki wa wanafalsafa.
Na aliyekuwa mwanafalsafa baada ya kuisoma huyo alikuwa tangu awali, alihitajia tu mwanga.

Na wale wanaodiriki kujiita wanahekima hawanazo hizo hekima, na ni wengi katika wajiitao wanafalsafa huamini wanahekima.

Mwanafasihi hupenda fasaha, kwake fasaha ya lugha inakipaumbele kuliko fasaha ya mantiki. Sekta hiyo anamuachia mwanafalsafa ambaye si juu yake apatie tenzi na tungo ila maana ndani yake iwe fasaha.
Ingawaje mwanafalsafa huwa mara nyingi anakipaji cha ufikishaji, hujikuta mahiri pia wa fasihi kwani mwanafasihi humsoma mwanafalsafa apate fasaha.
Sikubarikiwa ufasaha wa fasihi katika mizani ya lugha, fasihi nayoijua mimi ni fasihi ya mantiki. Nawajua wanafalsafa na falsafa, ila mimi sio miongoni mwao.
Na mimi nadiriki kumwaga kidogo katika falsafa zangu kwenye kurasa hizi.

Aliyesema mwanadamu katokana na nyani alisahau kutuambia nyani gani ni mweupe, wanjano au mwekundu.
Na kama wa kwanza alitokea Afrika, je, alienda ulaya akiwa mwanaadamu au bado akiwa nyani?
Kwa maana kama alikuwa bado ni nyani basi nyani wapi hao wanaosafiri masafa ya mbali na mabaharini?

Kama alienda kama mtu, swali ni aliendа akiwa na rangi na maumbile gani?
Kwa maana kama baadhi waliondoka kama wasio kama walivyowaafrika sasa, athari ya waliobaki miongoni mwao iko wapi?
Na kama waliondoka kama waafrika, je, mbona waafrika wote waliokwisha enda mabara mengine hawakubadilika kama wenyeji wa huko isipokuwa kwa kuzaliana na wenyeji?

Na kila mara wanaposema hatukuwa nyani bali binamu yake nyani kupangua hoja vipi nyani wa sasa hawabadiliki, haibadili kitu kuwa wanatuonesha nyani ndio ndugu wa binaadamu wa kale.
Basi ni nadharia na wanahaki ya kuitetea wanavyotaka. Lakini watu wasiwe na haja ya kukufuru mpaka wafikie hatua waokote fuvu na liwe kigezo kusema hawakuumbwa.

Nilisikia msemo kuwa; muabudu Mungu hata ukifa ukakuta hayupo utakuwa hujapoteza kitu. Aliyekwambia hiyo ni imani alikucheza shere.
Mwanaadamu kaleweshwa na dunia kahisi Mungu ananeemeka akimtukuza.
Kwahiyo anataka afanye nae biashara, ampe maisha mazuri ndio amuabudu na sio vinginevyo.

Tofuati ya Mungu bandia na Mungu halisi, bandia akikosa wafuasi hawi Mungu tena ila Mungu halisi hata kama wote tukufuru yeye bado ni Mungu.

Hakuna kujaribu kwenye maisha.
Athari wala muda hautambui kama unajaribu, ni mtazamo tu uliopo kichwani.

Na nyakati zinavyokwenda watu hurudia yale yale. Na kila wanaporudia wanajiona wamebuni. Vitu vinabadilika sio watu.
Mtu mmoja mmoja anaweza badilika lakini watu kwa ujumla wataendelea kuwa watu. Na isitoshe ndio maana simulizi za zamani zitaendelea ingia akilini kwasababu mwanaadamu ni yule yule.
Basi nitamshangaa anayekataa mafunzo ya watu waliopita akidai yeye ni wa sasa. Hajatambua hata zamani waliita sasa na sasa itaitwa zamani.

Uzuri huwa ni utapeli wa macho na sio chaguo la moyo. Na hapo wanaume wengi hakika wamefeli. Lakini acha wafeli kwa maana kuhitajia uzuri wa mwanamke ni urithi toka kwa baba yetu Adamu.

Mbunifu mwacheni abuni, acha tuvibadili vitu. Lakini asibuni uhalisia wa mwanaadamu wala asibuni maamrisho ya aliyemuumba mwanaadamu. Na asiwe mbunifu kama mwizi maana ni sharti abaniwe.
Kwa maana aibaye kwa mashine, aibaye kwa panga, aibaye kwa maneno, aibaye kwa bunduki wote hao ni wezi.

Tajiri kuingia mbinguni ni sawa na ngamia kupita kwenye tundu la sindano. Nani alikwambia ngamia hawezi pita kwenye tundu la sindano kwa mwenye imani ya kweli? Au ulidhani kazi ya imani ni kuhamisha milima tu?

Zingatia, falsafa sio kuchanganya watu katika mambo mepesi, ni kuwafumbua kiuwepesi watu katika mambo yenye kuwachanganya. Na iliwahi kusemwa kujichanganya ndio mwanzo wa kuelewa.

SURA YA NNE: JONZI

Jethro Sheikh Spear

SUBIRA USIFUKUZE KHERI

Ngoja ngoja yaumiza matumbo, nimesubiri mpaka imekuwa majuto. Maisha yamekuwa mtego na mimi yamenitega, sijui subira yangu ni suluhu au ni kupoteza muda.

Naamka asubuhi nazifikiria zangu jitihada, natafakari na kuwaza, wapi nilikosea ama lini nitapatia. Je, nimegundua nachofanya sicho au ndio subira imefika kikomo?
Nimekuwa na hamu kubwa mambo yaende nitakavyo, nashindwa tambua kama mambo huwa yanaenda polepole au hayaendi kabisa.
Kisha najaribu kujiona kama mimi sio muhusika, Je,ni vipi nitajiona?
Ndipo mawili yananiijia; ama mtu aliyepoteza mwelekeo au mtu asiyejiona alichonacho na anachoenda kuwa nacho.

Nahofia kuhoji juu ya subira yangu, isije kuwa ndo kutokuwa na subira yenyewe pale napojishawishi labda ndio nimejitambua siko kwenyewe.
Maana ukitaka kumi kesho na ukapata moja bila shaka utaona hakuna ulilopata, na atakae acha akidai hakuna kinachotokea atahadithiwa na aliyeendelea kungojea.

Na vile yote yaliyomo ndani ya subira ni muda na jitihada, sijui ni lipi lanipa shida, kuendelea kujitahidi au kutoweza kuumiliki muda?
Kama ni muda, tangu lini nimekuwa Mungu?
Kama ni jitihada, tangu lini nimekubali kuwa mvivu?

Aliyefanikiwa bila kujua ana subiri ni yule aliyefanya jitihada bila kujali ni jitihada.
Ama yule aliyeona ni jitihada, huwahi kuchoka labda kama watu humpongeza kwa jitihada zake.
Moyo ukishachoka subira yaonekana njozi inayoifukuza kheri, lakini mambo yakijipa, yote yaliyopita yanakuwa si kingine ila simulizi.

Sitaki kusubiri huku nalalama na siwezi acha kusubiri kwa kuwa sina jinsi, najua fika hiyo sio subira ,ni kukosa mbadala.
Subira ni kutaka majibu bila kuyabumba, kusubiri bila kutoa lawama na kuwa mpole bila kinyongo na khiyana.
Hivyo basi nitasubiri bila Mungu kumlaumu au yoyote kumchukia. Na hata kama nikifa sijapata nachokitaka au sitakiona kikistawi, basi inatosha kujua nilipigania nachokiamini.

Maisha ni lini yakawa na maana zaidi ya kufanya unachokiitakidi?
Maana tofauti na hapo ni kufanya yale wanayoyaamini wengine na hakuna sababu ya kufanya wanayoyaamini wengine zaidi ya kutaka kuwaridhisha au na wewe uonekane umo katika watu.

Na ni nani aliyefanikiwa chochote na alikuwa si mwenye kusubiri?
Mwanzo mgumu lakini mwisho wa mwanzo huwa mgumu zaidi.
Subira kaa na mie uendelee kuvuta kheri.

Subira ni uwezo wa kuridhika na ulichonacho na ilihali unakitafuta cha zaida.
Basi nakuwa na haraka nisiwe na haraka maana subira ni uwezo wa kuendelea na safari hata kama umefika mahala hauoni mbele. Na ndio maana waliojawa na upweke kusubiri huwapatia kilema cha moyo.
Subira dumu na mimi na usinifanye nikahisi unafukuza kheri.

AMANI YA NDOA

Mapenzi kitovu cha uzembe na shibe mwanamalevya.
Ilipaswa uwe shibe kwangu na hivyo sababu ya uzembe.
Ila umekuwa njaa kali yenye kulegeza ambayo watu uhisi ndio shibe yenye kunifanya mzembe.

Silalamiki wangu wa moyoni, najieleza nikutumaini utapatwa na huruma, kisha utanitoa kwenye simanzi.
Si hiyari yangu upendo juu yako ujae moyoni mwangu.
Na kama ingekuwa ni shauri yangu, amini ningechelea mpaka uwe wangu kamili.

Nafahamu wanipenda ila naona labda ni kama robo ya upendo wangu. Na mpenzi waona ishirini na tano yako imetimia, alafu sabini na tano zangu ni kimbelembele changu.

Wanipa shida usingizini kwa kunitembelea njozini.
Na nikiamka maisha ni rumande na wewe afande.
Nasifiwa nina mrembo mzuri kumbe kashikashi naijua mimi.
Asiye na mke mzuri hajui mke mzuri ni sawa na mawazo ya kuibiwa.

Wanikebehi kwa yako mapenzi kwa vile wajua sijiwezi.
Usinitese wangu mpenzi, nijaze kwa furaha sio kwa manung'uniko, lawama na majonzi.

Ukinipoza kwa penzi la kweli nina ahidi nitaandika utenzi na ushairi.
Nitatoa fasihi simulizi na fasihi andishi, ili tu dunia itambue wewe ndiye wangu laazizi.
Ambaye nitakuenzi kwa wema zaidi ya mapenzi.

Usitake kuniaminisha wanipenda, nataka unioneshe.
Na usinilazimishe kuamini, hakuna mambo hayo hata kwenye dini.
Ubora wa ndoa sio ukubwa wa harusi au wingi wa mahari.
Sio majigambo na mapicha bali utulivu na heshima.

Tuangalize ya msingi na tuishi kwa furaha.
Wanetu wapate wa kuwalea sio baba na mama wasiokwisha kugombana.
Pengine nitatangulia kuiaga dunia na sina nia ya kukuacha na mbaya historia.
Nataka ulie kwa kunikumbuka na sio ulie kisa ulinifanya niishi kwa furaha yenye mashaka.

Maji hufata mkondo wake na moyo hufata hisia zake.
Sasa unashangaa nini wewe kuendelea kuwa wangu,
Na hutaki kuamini mimi ndio chaguo lako?
Tulikuwa pamoja pasipo kampeni.
Vipi tuachane kwa kura, tena kura za maoni.

Kuwa mke wangu kusiue urafiki wetu, nataka unishabikie kama enzi zile wafurahia posa yangu.
Sitaki ukawa adui yangu ilihali tumeoana kwa zetu hiyari.

Na kama njia tumepotea basi tuitafute tena.
Na kama huoni uwezekano wa haya yote kuwa kwa sasa, angalau chukulia hii ni dua na ni matumaini yangu sasa waitikia **'amina'**.
Ni mengi ya kusema ila bora ya yote ni kwa dhati nakupenda na milele sintokuacha.

MARADHI

Akikosekana unayempenda labda kwa ugomvi au mauti, furaha huyoyoma. Lakini ukivumilia si punde utazoea na hata kusahau.
Ukipungukiwa mali itachukuwa muda kukaa sawa au kuizoea hiyo hali. Au waweza zipata tena kama ulivyo zipata awali, basi tuliza akili utapata fumbuzi.
Lakini yasikukute maradhi, muda unapozidi kwenda maadamu bado hujapona, huwezi zoea wala huwezi sahau.

Mtihani katika maisha ni pale mtihani unapoanza, lakini muda ukizidi kwenda waona ni jambo la kawaida.
Maradhi yakianza unahisi na kutumaini yatapita na hivyo huwa ni mwenye subira ila muda ukizidi kwenda hata kama hali haizidi kuwa mbaya ndivyo hivyo unavyoendelea kuumia.
Na ni lipi laweza muweka mwanaadamu katika kukosa raha zaidi ya maradhi?

Mengi katika maisha tunaweza ona Mungu hana mamlaka na sisi lakini madaktari na dawa zinaposhindwa kukupa uzima, hapo nafsi yajua nani hasa ni msimamizi.
Maradhi ndio kitoa furaha zaidi, na huwa jaribio sio tu kwa mgonjwa bali na muuguzaji.
Subira inatutoka na kumlaumu Mungu, na wengine humrudia tu kwa sababu ya hofu.

Basi wengine wanauguza huku nafsini wakilalamika na wakiomba mgonjwa afariki.
Wengine wanakuwa na roho ngumu kiasi cha kuwatelekeza, wanasubiri waje watoe mchango kwenye msiba kama vile watoavyo kwenye harusi.

Mwanaadamu hajafa hajaumbika; mtizame jidume lenye kiburi kazi ya kijidudu inavyomlegeza.
Mtazame mwanadamu kazi ya mbu tu inavyoweza kumuendesha.
Basi tunajisahau sana tukiwa na afya njema, utasikia tunajibu “namshukuru Mungu” tukiulizwa vipi hali.
Anayejua maana ya afya njema ni yule aliyekuwa kazidiwa na sasa anaendelea vyema, huyo ndio anaelewa maana ya “namshukuru Mungu”

Kwa vile tumekuwa wazembe kufikiria neema ya afya tulizo nazo, ni muhimu kutembelea wagonjwa tupate kujifunza. Kajionee neema uliyopewa unavyoichezea.
Kuna aliyekuwa mwenye macho, leo kapofuka.
Kuna aliyekuwa na miguu, leo ni kilema, usijedhani kuna uzembe alifanya.
Ama kuna wale waliozaliwa katika hizo hali, walau wanaomba siku moja tu waione mbingu au wajue rangi ya nguo walizovaa na kwa viwete waweze kimbia kama wengine, angalau mara moja.

Je, haijawa bayana kuwa yale yaliyo wazi ni yale tusiyoyaona?
Kila mtu anajua atakufa lakini akifa mtu tunashangaa, na ndio vivyo hivyo mtu akiwa mzima uhisi hakuna la kumfanya.

Kuna wanaofanya mzaha wa kuumwa na kujiendekeza ili wabembelezwe, naam, tumeumbwa na huruma.
Kuna wakati hali inakuwa mbaya hakuna unaloweza fanya, angalau mtoto mchanga anafurahisha, wauguzi wako hawatachelewa kuona unakera.
Tumainia wakupenda sana kiasi waweza kukufanyia wema bila kusita, lakini juwa shetani ni shetani, alitaka shawishi hadi manabii.

Je, ni nani asiyejua kero za kuugua?, kwa maana hata ukiumia kucha raha yote yatoweka.
Na mara ngapi jino lamnyima mtu usingizi au kuvurugika tumbo kumharibia mtu shughuli.
Hayo yote yanakukuta angali upo hai, hata kama ni mafua yanapaswa kukumbusha neema uliyonayo.

Inatupasa tulio wazima kuliko wengine, tuwajali hao wengine zaidi yetu sie. Sio ili waje watulipe fadhila siku tukiwa tunawahitajia, bali ili itukumbushe uzima na afya njema sio neema ya kuchezea.

Jethro Sheikh Spear

RUDI

Nasikia baridi hebu nikumbatie.
Wanitembelea tu kichwani naomba angalau uje unisalimie.
Kama nakupenda zaidi ya kale sijui kesho itakuwaje?
Nakuhitaji zaidi ya zamani.
Yaliyopita yameamua kuwa ndwele.

Sijiwezi asilani, mimi ni kifaranga na wewe ni mwewe.
Vyovyote vile njoo unichukue niwe wako wa milele.
Maana umbali uliopo ni ngome na naomba itolewe.
Kama kupenda ndiyo hivi basi mapenzi kiwewe.
Kama uzuri ni uchawi hakuna anayejua kuroga kama wewe.

Umenijaa mawazoni na kwenye zangu dua.
Nahamu niione yako sura, nikubusu mabusu tele, mwili wako niukumbatie na wenye fitina wahangaike.
Na siamini kama yote haya yataenda bure.

Labda kwako muda ushapita ila hali yangu ya sasa ndio ile ile ya kale.
Samaki mkunje angali mbichi, wewe ushaiva, na sijui ni vipi nitakupata.
Nasali upate kurudi na abadani usinikimbie.
Kwa mapenzi nitajitia ufundi ili miaka iwe kama punde.

Laazizi naomba unielewe.
Mapenzi wewe ndiye uliyenifunza ndio maana kukusahau nimeshindwa.

Kama nishakutoka moyoni nitayafanya maisha yetu shule.
Nitakuwa mwalimu bora atakaye hakikisha umpende.
Kama mtu angekuwa maisha ya mwingine, wewe ungekuwa yangu roho.
Kama mapenzi ni utumwa, nimekuwa wako msukule.
Popote ulipo, njoo uwe wangu hadi kesho kwenye pepo.

Burudani ni kuwa na wewe.
Nimeshindwa kuwa na mwingine.
Furaha yangu unayo wewe.
Popote ulipo natumaini unisikilize.

Wewe ndio wangu Mazoea na tabia ulishanijengea.
Kama akili ni nywele, uwepo wako wanifanya Bob Marley.
Nashindwa kusonga mbele, njoo honey, walimwengu wanionee gere.
Niwe nyota kama Pele, niwe lejendari kama Che Guavare.

Ukweli ni kwamba toka uondoke hali yangu ni ile ile.
Hata kama kuna mwingine uko nae, natumai wajua hakuna kama sie.
Wewe ndio wangu udhaifu kama ulivyo starehe.
Naomba unikumbuke na kisha unirudie.
Nakupenda zaidi ya zamani, tafadhari rudi na mara hii usiondoke.

Jethro Sheikh Spear

NAJARIBU KUKUSAHAU

Nitaendelea kusema maadamu bado nina hema.

Kama machozi ni kisima, changu kingekauka.
Kama penzi lako ni mali, basi ningefilisika.
Kama uwepo wako ni fahari, basi nishafedheheka.

Unasema tulikuwa watoto mara sikukupenda.
Ukanitafutia visababu kwa vile ushanichoka.
Ukadai sana sababu sio pesa au vile mie kijana mdogo siwezi kukutunza.
Hukuwa na imani na ndoto zangu kisa bado sijajenga.

Ni kweli mimi ni muotaji lakini ndio sababu ni mahiri wa kukupenda.
Ila hilo hukuliona, mtoto unang'ara na unataka atakaye kufanya ukaupara.
Ukanitafutia visababu mie, ukataka hasira zinijae na hapo hapo unikimbie.

Penzi la kitoto ni lile lililokatishwa njiani.
Lakini kama tungeliendeleza walimwengu wangeliita penzi la kweli.
Kama kosa langu lingekuwa fumanizi ungenifumania na mawazo yako kichwani.
Nashindwa kupenda tena nikijua sitomtendea haki atayekuwa akinitaraji.

Jethro Sheikh Spear

Moyo wangu unao wewe.
Ungenitoka moyoni hata siku moja nikampenda mtu mwingine.
Nikitumaini itatoa kumbukumbu nilizonazo akilini.
Ila ndo hivyo haiwezekani.

Mwishowe najawa na simanzi ambayo huwa hasira kali.
Zinazo nifanya niwe na nguvu ya kuishi ili niwe bora kuliko zamani.
Nikiwa na nadhiri kuthibitisha mimi ni bora kuliko unavyoweza nifikiri.
Ili ukinifuma njiani konde likupige na ujue sasa ni moto na sio cheche tena au angalau tu kwa kusikia zangu habari.
Sijui kwa lengo gani, labda natumiani litakuwa fundisho kwako maishani.

Ila kiukweli najua lengo hasa ni unipende tena.
Najua sitokuwa na pilika za kujipitisha pitisha.
Waweza kuwa ndani umelala na nikatumia nguvu nyingi kukuonyesha wakati wewe hata habari huna.
Na iwapo ukaniona, badala ya kunikimbilia na kunikumbatia, mwenzangu bure ukanipotezea.
Na ninajua itauma kama vile kutonesha kidonda kwa sababu ni maumivu ya kujitakia.

Lakini huwa nafikiria labda wanisubiria.
Ingawa nafsi inasita nikikumbuka ulivyo nimwaga.
Nashindwa jielewa maana kama ni kulia nlishachoka.
Kama ni kukuulizia, ishanisononesha vya kutosha.
Ilihali bado nakupenda, najiuliza kwanini haya umefanya.

Jethro Sheikh Spear

Mbele nasonga huku nyuma natazama.
Upendo wako wanifanya simalizi kukuwaza.
Angali mwenzangu maisha ushaamua kuyaendeleza.
Labda tungekuwa wahindu ningeomba tuwe wapenzi maisha yanayokuja.
Lakini nakuhitajia sasa.
Maana kila nikijaribu kusahau ndio nazidi kukumbuka.

EWE MOLA NISAIDIE

Hali mbaya imenisibu na sina mwingine wa kumkimbilia.
Nimefanya kila jitihada nikitumaini mambo yataninyookea.
Shida zimenizonga, waliokuwa wakinisaidia nao wamechoka.
Furaha haiko na mie tena, mazuri yazidi niponyoka.

Nimejionea mwenyewe kikomo cha jitihada, maana kila linalowezekana nimelifanya.
Lakini bado maafa yamenizonga.
Nimetamani kwenda hata kwa waganga.
Nisamehe Mola wangu kwa hiyo kufuru.

Ninakusema kwa hasira Mola wangu ndani ya nafsi yangu.
Nawaza kama umenitelekeza basi acha nitafute mbadala.
Nimeshawishika kuiba na uhuni kufanya ilimradi haya yapite.
Upweke wanikondesha mwili, unyonge wa nafsi waidumaza akili.
Sijui nafsi yangu ndio imeoza au ni shetani ndio wa kumtupia lawama.
Lakini moyoni najua fika, nikikiri kukuasi ndio nitakuwa nimefeli huu mtihani.

Nisamehe Mola kwa kukurejea baada ya majanga.
Najiona ni msaliti amuhitajie bwana wake katika shida na kisha baada ya hapo humkana.

Na ukweli ukae mahala pake, nimekubali wewe ndio Mungu.
Sio tu kwa maana utanipa nachotaka, bali kama hujataka, hata nifanye vipi hakuna nitakachokipata.
Sio kila ninachokitaka ndicho, na kwa kile nikikosacho, nikiendelea kuhangaika mpaka nikakipata hunikuza zaidi.
Nakuwa nafahamu hata kama vitu haviwi ninavyotaka, unahakikisha najifunza somo husika.
Hekima zako hazina mfano, Eeh Mola niepushe na mikumbo na nitoe kwenye wangu ujinga.

Najua fika sasa, Mungu unaniita.
Maana wewe ndio kimbilio nililolibakiza.
Ninasali sasa na sala zaujaza moyo nguvu.
Najionea kujidekeza kwangu kwako kunavyonipa utulivu.
Nimefika kikomo changu, sina budi msaada wako niuhitajie bila gubu.

Wewe pekee ndio wastahili unyonge wangu kiasi hiki, machozi yangu ni mfano wa dua ya bubu.
Wewe pekee ndio mwenye mamlaka ya kufanya lenye kuwa lisiwe na lenye kutokuwa liwe.
Na kama yangu yapo katika yasio, nionyeshe kwa wepesi yapi ndio.
Naomba kwa dua hii yangu yawe, lakini naomba zaidi dua ya kukuomba niwe mwenye kudumu katika kukuomba.
"Eeh Mola nisaidie kwako milele nisije ondoka"

Jethro Sheikh Spear

MPENZI WANGU WA DAIMA

Chozi nalizuia lisidondoke, hofu ya kutopendwa tena yanijia, hivi ni kwanini mpenzi hukunivumilia?
Usiku nikianza kuhuzunika, wadhani najua namna ya kujibembeleza?
Lakini kicheko chako nikikikumbuka, nitafanyaje mimi au wataka nipatwe wazimu?
Umenizoesha kukusikiliza, yakinikuta yakunisononesha, watumaini lipi nitafanya kujituliza?
Kukupenda ndio nishakupenda, kukuacha uende ndio inanilazimu.

Nimeishi na wewe nikakuona uhai, ukiniacha siku kutwa, ni dhamira yako kesho wanikute sipumui?
Wewe ndiye niliyekuridhia, tafadhali mpenzi ninanung'unika, usinifanye nikawaza kujiua.
Nilichokosea nisamehe.
Kama ni pesa basi nitakusaidia kutafuta.
Kama ni urembo basi zaidi nitajiremba.
Kama ni mahaba, nitakupa ya kila namna.
Kama ni mapishi, ya kila aina nitajifunza, ilimradi usifanye nikazidi kukulilia.

Usiende mpenzi, nina mengi ya kukwambia, kama ninavyopenda ukinikumbatia, sipati usingizi mpaka ukiniimbia.
Najua umepata mwingine, haina haja kunificha.
Nachojua sina mwingine wa kumwendea, basi nitaendelea kukusubiria.

Jethro Sheikh Spear

Wananiambia nilikosea njia, naona nafsi yangu haitaki kuelewa.
Napoziona zako picha najikaza kutolia, au likitajwa lako jina najifanya sijalisikia. Wasijeona kumbe bado nakupenda na hasa natumaini utanirudia.

Lakini kwako siwezi kukuonea haya, acha nifunguke potelea mbali utakavyoniona.
Mpenzi nakupenda, kwangu yaliyopita yamegoma kwenda.
Najutia kwanini sikukutunza unavyopaswa, nisamehe wa moyoni wangu, kosa nimelitambua.

Sio tu unionee huruma, nisikilize.
Laazizi, kweli yetu hujayakumbuka?
Usiseme najisumbua, jiulize kwanini nahangaika.
Maana kama ningekuwa sikupendi kweli, ningekuwa nishakupotezea.
Nakupenda mpenzi wangu.
Wa zamani, wa sasa ambaye ndiye wa siku zote.

WATESEKA MOYO

Ukiwa mtundu anakuona una machepele.
Ukiwa kauzu anasema unamfanya ajione kwako ana kiherehere.
Anakufanya kama mtoto anapokuwa anakudanganya hovyo.
Anajiona anakuzidi akili kwa vile umemkabidhi wako moyo.

Ukihitajia muda nae, yeye anakuwa bize, na bize yenyewe ni kupiga misele.
Leo kama hakujui, hana muda na wewe, ila kesho anakuja na mapenzi tele.
Kuna wakati waona anahitaji nafasi, kisha waona haifanyii kazi, kisha wagundua anataka umuonyeshe una mapenzi kede.
Ila matokeo ni yaleyale na ndipo wajiuliza ni lipi anataka utekeleze?

Habari zake zote za aibu, waona ana singiziwa yeye peke yake.
Kashfa za alionekana na yule, ulevi ndio wake na ugomvi na watu kama kazi vile.
Kumfurahisha mpaka zikutoke pesa lakini kugombana naye hata liwe dogo lolote.
Ya haramu NDIYO na ya Mungu SIYO, akinasihiwa ibada anasema usimshushue au wewe sie mwenye roho yake.

Basi unampenda na unaamini naye anakupenda, lakini nafsi inasita ukijiuliza kwanini hataki mkaongelea kesho yenu.
Kwenye 'status' yuko 'single', anasema watu hayawahusu mahusiano yake.
Labda hataki wenye fitina wajue, ila wajua ni suala tu la hajivunii kuwa na wewe.
Na unajua fika kuwa anatafuta idhini ya kuonekana yuko mpweke.
Kwa vile unampenda sana hivyo basi huwezi weka kikomo.

Unahofia atakuacha ukabaki unalia mwenyewe.
Na wajua samahani zake zishapoteza maana, zimekuwa kama kelele.
Na hujioni kuwa anakufanya huna maana na yeye ndiye mwenye thamani na ni juu yako umuhangaikie.
Ni upendo ulionao juu yake ndio unaokwambia anakupenda na hajaamua kukuonyesha .
Lakini hata subira ina kikomo.
Wateseka moyo tu, huyo achana nae.

Jethro Sheikh Spear

MTOTO NIMEKUZALIA

Nitalaumu vipi kuumbwa mwanamke kama sio kujitia kwenye makosa.
Au nitake kuwa mwanaume ili nilipize kisasi.
Kumfanyia mwenzangu yanayonisibu haiwezi kuwa suluhu.
Lakini acha nilalamike na wenye huruma wanisikie.

Kilio changu kitaendelea kila nikikukumbuka, ingawa haitobadilisha kilichotokea.
Kupenda nilikupenda na hilo ulilihakikisha.
Ahadi zote ulinipa na nyingine nikajiaminisha.
Maoni yako nikayaweka mbele, sauti yako ikawa yangu, na mimi nikawa ni mwenye kuitikia.
Hata pale nafsi iliposita kama kweli wanipenda au basi utanipenda, nikaendelea matumaini kujipa.

Sio kwa nguvu, bali mapenzi yangu kwako nilihakikisha yawe kamilifu.
Nilijigamba nina bwana mbele ya wenzangu, sasa naona aibu.
Ulinibembeleza ukiwa na haja zako na kunitelekeza zikitimia.
Nikijua ni kwa muda mfupi basi nikajitia upofu.
Sasa muda umeenda, nachokiona kwako ni ukorofi tu.

Nikikumbuka yule mchumba niliyemkataa labda yule angenipa furaha.
Mara hasira zinanijaa, naishia kusema wanaume hawana maana.
Hata inafika wakati wale ninao waona yanawaendea vizuri, najisemea wasubiri tu punde na wao yatawafika.
Na kama haya yote ninayo yafikiria siyo, basi dhambi hii wewe ndio utaibeba.

Sijutii mtoto niliyemzaa na inaniuma kwa yule uliye nilazimisha kumtoa.
Ulidai hujajipanga na mambo yataharibika.
Najutia wewe ndie niliyekupa hiyo ridhaa.

Sasa mapenzi yangu kwako najitahidi niyaamishie kwa mtoto.
Najitahidi nikusahau kwa njia hiyo, lakini naona bado ni ndoto.
Sijui hasa kinachoniuma ni mimba kukubebea au wewe kutoendelea kunipenda?
Au ni vile nilivyo na mashaka kama hata ushawahi nipenda.

Mimba nilikubebea sasa umenichoka, mtoto nimekuzalia sasa hivi waniona nimezeeka, na mtoto usiyemlea na bado wataka kuitwa baba.
Labda siku zikizidi kwenda nitazoea na nitakusamehe.
Lakini nafahamu maadamu ataendelea kuwa mwanangu najua sina namna ya kukusahau.

Jethro Sheikh Spear

NJIA PANDA

Nachokumbuka sana kuhusu yeye ni uzuri wake.
Sura yake ikinipita akilini.
Yale yaliyokwisha kufa, siku ya tatu inatimia yanafufuka.

Taswira yake ishaanza kunipotea, lakini moyo wakumbuka hata kama haukuwa na macho ya kumuona.
Jina lake nikilisikia, moyo wanishtuka.
Nakuwa natumaini amekuja nimuone kwa mara nyingine.
Ama vile alivyokuwa akinitizama naishiwa cha kusema.

Na kingine siwezi sahau ni sauti yake, ilikuwa inazima huzuni wowote niliokuwa nao.
Naziangalia namba zake za simu natamani nimpigie, nakumbuka ya mwisho aliyoyasema.
Ambayo sijawahi kuyaamini, ni vipi aseme hanipendi tena wakati yeye ndiye alikuwa haishi kunililia?

Mwanaadamu akipewa zaidi, uhisi anastahiki zaidi.
Nilivyompenda kuliko alivyowahi pendwa maisha yake yote, akaona yangu hayatoshi.

Najiuliza, kwanini aliondoka?
Najiuliza, kwanini aliniacha niende?
Ukamilifu wa akili zake, sijui wapi nitampata kama yeye.
Usafi wa tabia zake, najua ninao wakati mgumu kumpata wa mfano wake.

Nishampenda zaidi ya vyote, hata mwenyewe siwezi tena jipendelea.
Nafoka kimya kimya, nalia kwa kujifanya nachekelea, moyo waumia, acha walimwengu wajue maisha yanaendelea.

Kila lenye kuja mawazoni mwangu halina ladha kama yeye hatokuwemo.
Utajiri bila yeye ni kama furaha bila wa kukufurahisha au kufurahi nae.
Kama ni umaarufu, hamna fahari bila yeye kutajwa kama siri ya ufahari wangu.
Sitaki kuulizwa nani anayenipa moyo kupambana, halafu jina lake lisiwe la kwanza kutoka kinywani mwangu.

Nafahamu siwezi songa mbele ni kwasababu niliamini yeye ndio riziki yangu.
Ndio maana mpaka sasa niko njia panda kati ya kuamini stori yetu inaendelea na hivyo niwe mvumiivu, au ndio sura ishaisha na mimi niwe tayari kuanza nyingine.

Jethro Sheikh Spear

TAMTHILIA YETU

Mapenzi mchezo wa kuigiza umenifanya Kanumba.
Nikikufata unanikimbia, nikikuacha unanikimbilia.
Ukiwa na shida sauti unanilegezea, majina mazuri utanipatia.
Ya kwako yakitimia, hata salamu sitoisikia.

Utajipigisha simu mbele za marafiki zako wasikie ninavyokunyenyekea.
Nikikaa kimya wasema nakususia, nikikutafuta wasema nakusumbua.
Nikiwa na mwingine unanifatilia, habari zangu zinakushughulisha.
Nikikupa nafasi unajifungukia, nikikukubalia unasema ulikuwa unanitania.

Unyonge ukikuzidia, 'backup' yako unanirudia.
Shida zote utanisimulia, hata nisizofaa kuzisikia, kama za mpenzi wako yule aliyekukimbia.
Basi unajua navyokupenda unakuwa huna shaka ntakuvumilia.

Ukiniudhi nikakasirika, wasema nakubagua.
Nikikukalia kimya wasema nakudharau, wasema kiburi kimenizidia.
Nikikukosoa wasema maoni yako siyazingatii, wadai nakunyanyasa kijinsia.
Nikikukubalia unanilalamikia kuwa mwanaume gani sijawahi kukusimamia.

Jethro Sheikh Spear

Zawadi nikikuletea unasema ushazizoea, mara penzi lako si bidhaa ya kununuliwa.
Nikiacha hivyo kukufanyia, wasema pesa kwa ajili yako nahongea.

Kidogo tu nikikukosea, jirani wa kumi yatamfikia.
Jamaa zangu nao huwataki, hutaki hata wakitutembelea.
Na wao wakija kututembelea, unashinda chumbani hutaki hata kuongea
Nikikuuliza washindia wapi, wasema dhana mbaya niache kukudhania.
Mara niache mfumo dume, kazi kukufatilia fatilia.

Basi vyako tu ndio wajua kujitunzia, mtu mvivu huwezi hata kufagia.
Kama kisirani mtaji, mpenzi wewe ni bilionea.
Sinema gani sijui hii tunaicheza, maana maigizo yake kila siku yanajirudia.

Jethro Sheikh Spear

SIKU YA MAJONZI

Haina namba za simu labda ningepiga kuuliza lini itatokea.
Haina kengele wala vishindo labda ningelisikia inakuja na nikafanya jitihada.
Kifo; kikata ladha za ulimwengu huu kimekufanya kumbukumbu ndani ya dakika.
Hakika hauonekani popote, Mungu ashakuchukua.

Nakukumbuka kama vile kimemaliza kutokea, inauvunja moyo wangu kwa maumivu ya kishujaa.
Nakupenda zaidi ya navyohitaji, labda ni kama zamani ila hakika kifo kimedhihirisha.
Siwezi kumlaumu Mungu maana yeye ni mfalme asiyekosea.

Ingawaje sikusema mapema, nakupenda kipenzi.
Ulinisimamia nilipokuwa sijitambui, ukanijali kama mapigo ya moyo tulivyokuwa umbali wa maili au ukaribu kama unene wa hewa.
Najua Mungu ni mkarimu na naomba peponi akuweke.
Ama kweli, kumbukumbu ni nguo na iso hiyari kiuvaa.

Nililia nikitumaini machozi yatakurudisha kwahivyo nikakazana kulia, lakini mwisho wa siku nilichothibitisha ni hautorudi tena.
Jamani moyo wangu wahuzunika bila kupumzika.

Jethro Sheikh Spear

Nimejifunza kutokana na hili somo mauti yaliyonifunza; katika maisha haya tunasherekea kwa furaha siku ya kuzaliwa kwa keki na tunasahau siku ya kufa ambayo machozi yatabubujika.

Nakupenda kipenzi changu; kipenzi ambaye sikuamua uwe sehemu ya maisha yangu kama ilivyo sikuamua unitoke maishani mwangu.
Ingawaje inanihuzunisha, ndani ya moyo wangu nafurahi japo kwa dakika moja ulikuwa sehemu ya maisha yangu.
Sehemu kubwa zaidi ya nilivyostahili.

Maumivu yalikuwa hayakadiriki na moyo wangu ulivunjika.
Na kama ilikuwa ni siri, basi maumivu yale yaliyadhihirisha mapenzi yangu kwako.
Hata hivyo najiweka kama mtu mwenye nguvu nikijifanya ni rahisi wewe kuwa marehemu.

Tofauti ya sasa na wakati ule; wakati ule nililia mbele za watu na sasa nalia kwa siri.
Sitotembelea kaburi lako kwasababu nina ogopa haitonipa utulivu bali itaamsha hisia nazojitahidi kuzificha.
Sijui hasa siku uliyo zaliwa lakini nakumbuka siku uliyofariki.

Najua na mimi nitakufa lakini sijui ni karibu kiasi gani.
Wanasema watu hukutana mbinguni, naapa nimeshindwa kutoa fikra hiyo akilini.

Sichukii kifo wala siyachukii maisha, nachukia kuwa nimeishi maisha yasiyo na faida hadi kugundua umuhimu wako pale ambapo wewe sio katika walio hai.
Ningefanya na ningeweza fanya, ni maneno yaliyopoteza maana nikikumbuka ndicho nilitakiwa kufanya.
Nasali upumzike kwa amani, hivi punde na mimi nitakuja nipate kukuambia jinsi gani nakupenda, na nililitambua hilo wakati ulipokuwa katika wasio hai.

Kwa wale wote waliopoteza vipenzi vyao

*Utunzi huu ni tafsiri ya **SAD DEATH DAY** kutoka kwenye kitabu cha **The Few But The Heavy Book 1***

"ASANTE SANA"

www.ingramcontent.com/pod-product-compliance
Lightning Source LLC
LaVergne TN
LVHW022010200926
848481LV00007B/2318